या
विषयावरील
सर्वप्रथम मराठी
पुस्तिका.

रिफ्लेक्सोलॉजी

(तळव्यांवरील प्रतिबिंबित पर्यायी उपचारपद्धती : अल्टरनेट मेडिकल थेरपी)

तळपायांच्या प्रभागांना मर्दन करुन शारीरिक वेदनांपासून / मानसिक ताणांपासून मुक्ती मिळविण्याचा सुवर्णमार्ग.

लेखन व संपादन :
प्रा. डॉ. सुभाष य. पवार.
जी.डी.आर्टस्, डी.बी.एम्., पीएच्.डी.

VISHWAKARMA
PUBLICATIONS
VP

रिफ्लेक्सोलॉजी

प्रथमावृत्ती : ऑगस्ट,२०१५

ISBN 978-93-83572-94-6

प्रकाशक
विश्वकर्मा पब्लिकेशन्स्
२८३, बुधवार पेठ, सिटी पोस्टाजवळ,
पुणे ४११ ००२
फोन नं. : ०२०-२०२६११५७/२४४४८९८९
ई-मेल : info@vpindia.co.in
वेबसाइट : www.vpindia.co.in

मुखपृष्ठ, अक्षरजुळणी व मांडणी
प्रा. डॉ. सुभाष य. पवार

मुद्रक : ए. पी. व्हिजन डिझाईन ॲण्ड प्रिंट

मूल्य : ₹ ५०/-

अनुक्रमणिका

संपूर्ण शरीराचे
तळपायांवर प्रतिबिंबित (रिफ्लेक्टेड) झालेले प्रभाग.

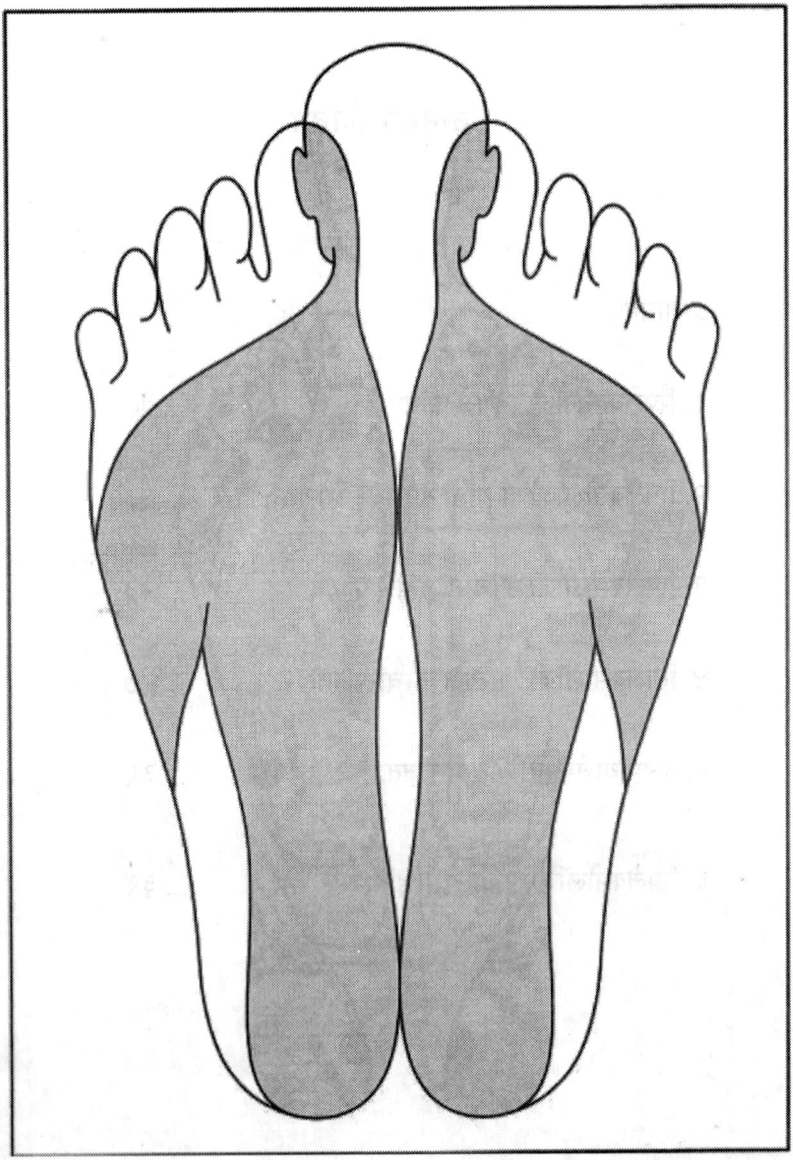

प्रस्तावना.

संपुर्ण जगतात वाढत्या औद्योगिकीकरणांमुळे तसेच सतत वाढत चाललेल्या लोकसंख्येमुळे मानवाचे जीवनमान खूप धकाधकीचे व त्रासांचे झालेले आहे. समृद्ध व संपन्नतेचे आयुष्य जगण्याची व्यावधानें सांभाळत असताना प्रत्येकास वाटते की, आपले जीवन वेदनारहीत, आरोग्यसंपन्न व आनंदाचे जावे. त्यासाठी आपली नित्यकर्मे करीत असताना आहार, विहार व व्यायाम यांच्यावर प्रत्येकांने लक्ष देणे आवश्यक मानलेले आहे. असे आनंदमय जीवन जगत असतानादेखील आपल्या मनावर ताण-तणाव येऊन आपले जीवन कष्टमय, मानसिक वेदना देणारे होण्याची शक्यता अजिबातच नाकारता येत नाही. त्याचप्रमाणे, अशा धकाधकीच्या व्यस्त जीवनचर्येने म्हणा, किंवा आपले शरीर वृद्धत्वाकडे वाटचाल करत असल्याने म्हणा काही शारीरिक वेदना निर्माण होणेदेखील साहजिकच प्रक्रिया आहे. अशावेळी त्यावर डॉक्टरी इलाज हा केला जातो व अनेक प्रकारच्या औषधांचे सेवन आपण करतो. आपल्यापैकी काहींचे आजार इतके चिवट असतात की, अनेक प्रकारच्या उपचारपद्धतीं त्या आजारांना दाद देत नाही. हे सगळे करत असताना आपण एक अतिशय महत्त्वाची गोष्ट विसरतो की, प्रत्येक जीवित प्राणीमात्रांचे शारीरिक आरोग्य मुळतः अतिशय दणकट असून, ईश्वराने त्यांना असे घडविलेले आहे की, छोट्या-मोठ्या आजारांना ते निसर्गदत्त शक्तींने सामोरे जाऊ शकतात व त्या आजारांवर कोणत्याही वैद्यकीय उपचाराशिवाय मात करुन ते आरोग्यमय आयुष्य जगू शकतात. आपल्या आशिया खंडातील पुर्वजांनी यावर संशोधन करुन काही स्वयंसिध्द उपचार

पद्धती शोधून काढलेल्या आहेत. त्यापैकीच एक रिफ्लेक्सोलॉजी किंवा प्रतिबिंबीत उपचारपद्धती ही एक मान्यताप्राप्त पद्धती आहे.

आपल्यापैकी अनेकांना माहीत असेल की, परमेश्वराचा अवतार समजला गेलेल्या युगपुरुष श्रीकृष्ण महाराजांचा मृत्यू त्यांच्या पायाच्या अंगठ्याला व्याधाचा बाण लागून झालेला आहे. महाराष्ट्रात व विशेष करून कोकणांत अशी मान्यता आहे की, कशाळाच्या वाटीने तळपायांना तेल लावून मर्दन केले असता वृद्धत्वाकडे वाटचाल करणाऱ्या व्याधीग्रस्त व्यक्तींना चांगला आराम पडतो. संवेदनाशील लहान-थोरांनादेखील कोणी पाय हळूवारपणे चेपले असता किंवा त्याला मर्दन केले असता छान वाटू लागते. अशी ही नैसर्गिक उपचारपध्दती मानवांसाठी कित्येक शतकांपासून कार्यरत राहिलेली आहे. त्याच्यावर शास्त्रशुद्ध संशोधन होवून त्याला नाव दिलेले आहे रिफ्लेक्सोलॉजी.

सुमारे ५००० ते ५५०० हजार वर्षांची यशस्वी परंपरा असलेल्या या उपचारपद्धतीवर महाराष्ट्रांत तसेच भारतातही कोणीही लक्ष केंद्रीत दिसत नाही. काही वर्षांपूर्वी मला गुडघेदुखीने खूप त्रास दिला होता तेव्हा प्रथेप्रमाणे मी अनेक प्रकारच्या उपचार पद्धतीने त्यावर उपचार केले. वेदना कमी न झाल्याने जेव्हा सर्जरीच्या निर्णयापर्यंत आम्ही आलो, त्याचवेळी योगायोगाने माझ्या जवळच्या एका मित्राने मला रिफ्लेक्सोलॉची उपचार पद्धत वापरुन पाहण्याचा सल्ला मला दिला. मला त्या उपचारामुळे खुप छान वाटू लागले व माझ्या वेदना कोणत्याही सर्जरीशिवाय नाहीच्या जवळ आल्या. त्यानंतर मी जेव्हा इंटरनेटच्या माध्यमांतून या विषयाबद्दल जास्तीत जास्त माहिती मिळविली तेव्हा त्याचा इतिहास मला समजला आणि या उपचारपद्धतीचा प्रसार व प्रचार करण्यासाठी आम्ही **" सॅक्रेड हिलिंग रिफ्लेक्सोलॉजी इन्स्टिट्युट, पुणे"** अर्थात **"श्री - पुणे"** या संस्थेची स्थापना करुन त्याचे शास्त्रशुद्ध सेमिनार व कोर्सेस घेण्याचा निर्णय घेतलेला. या संबंधात परिणामकारक जनजागृती व्हावी म्हणून त्याची ही पुस्तिका छापून आता प्रसिद्ध होत आहे. जिज्ञासू वाचकांनी या उपचारपद्धतीचा जरूर अभ्यास करावा व त्याचा सराव करुन आपले स्वतःचे उपचार देणारे पार्लरदेखील सुरु करावे. स्वतःसाठी एक हक्काचे

व नियमित उत्पन्न देणारे रिफ्लेक्सोलॉजी पार्लर तुमच्या भागांतील अनेकांना वेदनांपासुन व ताणांपासुन मुक्ती मिळवून देण्यास समर्थ असेल. त्यामुळे आपल्या व्यावसायीक वृद्धीसोबत लोकांची सेवा करण्याचा परमार्थदेखील या कार्यांमुळे साध्य होऊ शकतो. यासंबंधीचा एक मोफत चर्चासत्र (सेमिनार) आम्ही प्रत्येक सोमवारी सकाळी ११ ते १ या वेळेत आमच्या कार्यालयात घेत असतो. त्यास येण्यासाठी आपली नावनोंदणी दिलेल्या मोबाईल फोनवर करणे आवश्यक आहे. या उपचारतंत्राबद्दल आपली काहीही शंका असल्यास सकाळी ११ ते १ यावेळेत आम्हास जरुर फोन करावा. रिफ्लेक्सोलॉजीच्या सेवेसाठी आपणांस शुभेच्छा!

- लेखक : प्रा. डॉ. सुभाष य. पवार,
पुणे - ४११००२.

कृतज्ञ मी!

नव-नवीन शाखांमधून पसरलेल्या ज्ञानांचा सातत्याने ध्यास घेण्याचा, त्यांत अभ्यास, त्यांचे उकलन व संशोधन करण्याचा मला व्यासंग आहे. रिफ्लेक्सोलॉजी उपचार पद्धतींने मला भूरळ घातली, ती एक समाजोपयोगी व अनेकांचे त्रास नाहीसे करुन त्यांना आत्मशांती मिळवून देणारी सहजसुंदर व सोपी उपचारपद्धती असल्याने. या उपचारपद्धतीकडे लक्ष वेधवून देण्यास माझ्या सहकारी श्रीमती प्रिया टेंभेकर या कारणीभूत आहेत. त्यांनी त्यांच्याकडील अनेक नोंदी व संदर्भ मला उपलब्ध करुन दिले व हे पुस्तक तयार होण्यास मोलाचे सहकार्य केले. हे पुस्तक प्रकाशित होण्यासाठी माझे प्रकाशक व त्यांचे अधिकारी, छपाईगृह व त्यांचे कर्मचारी यांचा सक्रीय वाटा मिळालेला आहे. या सर्वांचा मी कृतज्ञ व ऋणबद्द आहे.

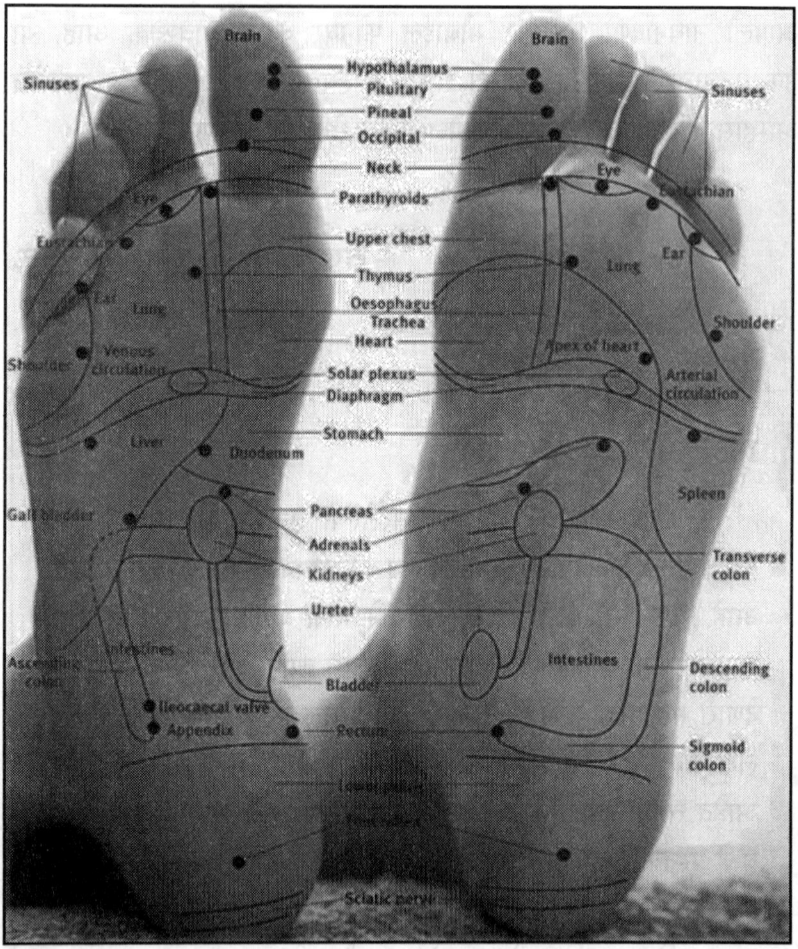
Brain
Brain
Sinuses
Sinuses
Hypothalamus
Pituitary
Pineal
Occipital
Neck
Eye
Eye
Parathyroids
Eustachian
Eustachian
Upper chest
Ear
Ear
Lung
Lung
Thymus
Oesophagus
Trachea
Heart
Shoulder
Shoulder
Venous circulation
Apex of heart
Solar plexus
Arterial circulation
Diaphragm
Stomach
Liver
Duodenum
Spleen
Gall bladder
Pancreas
Adrenals
Transverse colon
Kidneys
Ureter
Intestines
Intestines
Ascending colon
Descending colon
Bladder
Ileocaecal valve
Appendix
Rectum
Sigmoid colon
Sciatic nerve

१. रिफ्लेक्सोलॉजी म्हणजे काय?

रिफ्लेक्सोलॉजी किंवा **प्रतिमाबिंबित उपचार** पद्धती म्हणजे तळपायांवर तसेच तळहातांवर केले जाणारे पर्यायी (अल्टरनेट) उपचाराचे एक तंत्र आहे. आजारपणानंतर, आलेल्या ताणानंतर व झालेल्या जखमेनंतर आपले शरीर एका "असमतोल" स्थितीला जाते व त्याचे काही मार्ग बंद झाल्यामुळे शरीर नेहमीसारखे सुरळीत व परिणामकारकरित्या काम करीत नाही. रिफ्लेक्सोलॉजीची उपचारपद्धती शरीराचा नैसर्गिक तोल सांभाळण्याचे व ते पूर्ववत राखण्याचे काम करते, ते हळूवारपणे दुखणे कमी करुन शरीराचे दुखणे बरे करण्याचे काम करते. तळपायांवर प्रतिमांकीत झालेल्या ठराविक भागांना विशिष्ट पद्धतीने मसाज करीत व त्यावर दाब देत रिफ्लेक्सोलॉजी कार्य करत असते. कित्येकदा शरीराला आराम पडावा व मनावर आलेला ताण कमी करण्यासाठी रिफ्लेक्सोलॉजीची उपचारपद्धती वापरात आणली जाते. अनेक डॉक्टर्स व आरोग्यकेंद्रात काम करणारे प्रॅक्टिशनर्स रिफ्लेक्सोलॉजीकडे एक परिपूर्ण, शास्वत व परिणामकारक उपचारपद्धती म्हणून पाहतात.

आपणांपैकी बहुतेक सर्वांना अनुभव आलेला असेल की, प्रेमाने, आपुलकीने व थोड्याशा काळजीने शरीराला झालेला हलकासा स्पर्श आपणांस खूप आरामदायी व दिलासा देणारा वाटतो, मग तुम्ही कल्पना करा की अतिशय व्यावसायिक व शास्त्रोक्त पद्धतीने केलेला मर्दन किंवा मसाज रुग्णाला किती आरामदायी वाटू शकेल. शरीराचे मर्दन म्हणजेत मसाज हा असा उपचार आहे की, जो वेदनेपासुन आराम मिळवून देणारा खात्रीचा इलाज म्हणून सुमारे ५००० वर्षांपासून ओळखला जातो.

रिफ्लेक्सोलॉजी म्हणजे शास्त्र आणि कला या दोन्हीची सांगड घातलेली उपचारपद्धती आहे. हे शास्त्र आहे कारण हे तंत्र शास्त्रज्ञांना स्वीकृत असलेल्या फिजिओलॉजीकल व न्युट्रोलॉजीकल शास्त्राच्या आधारावर बेतलेले आहे. आणि रिफ्लेक्सोलॉजी ही एक कला आहे कारण यापासुन मिळणारे फायदे व आराम हे या तंत्राने उपचार करणाऱ्या व्यावसायिक व्यक्तीच्या हस्तकौशल्यावर (स्कील) व हुषारीवर (टॅलेंट) अवलंबून असतात. रिफ्लेक्सोलॉजीचे उपचार करताना त्याच्या प्रॅक्टिशनर्सना इतर वैद्यकीय तंत्रातील तज्ज्ञ डॉक्टर्सना रुग्णाच्या भावना व व्यक्तिगत संबंध याच्याशी अंतर राखून उपचार करावे लागतात, तसे धोरण न ठेवता रिफ्लेक्सोलॉजीस्टना आपल्या रुग्णाबरोबर अतिशय निर्मळ, मैत्रीपूर्ण संबंध ठेवून काम करावे लागते. त्यामुळेच रिफ्लेक्सोलॉजीची उपचार पद्धती फक्त रुग्णासाठीची न राहता ती रुग्ण व उपचारकर्ता या दोघांची एकत्रित उपचार पद्धती बनते.

रिफ्लेक्सोलॉजी उपचारपद्धती ही एक अतिशय शुद्ध व पवित्र उपचारपद्धती असून ती शरीर, मन आणि भावना ही तिन्हींशी निगडीत आहे. ही उपचारपद्धती फक्त झालेल्या रोगावर केंद्रीत नाही, तसेच ती दिसणाऱ्या लक्षणांनुसार शरीराच्या कार्ययंत्रणेवर काम करीत नाही; तर ती आपल्या शरीराचे संतुलन राखीत आपल्या शरीराच्या अंतर्गत कार्यरत असलेल्या ग्रंथीवर (हार्मोन्स) परिणाम करते की, जेणेकरुन त्या रोगाच्या मूळ कारणांपर्यंत जावून आपल्या शरीराला नैसर्गिकरित्या पूर्वपदांवर आणण्यास मदत करते. या उपचारपद्धतीने उपचार देणाऱ्या व्यक्तींना 'रिफ्लेक्सोलॉजिस्ट' या पदनामाने ओळखले जाते.

रिफ्लोक्सोलॉजी तंत्राचा इतिहास

सुमारे इसवीसनपूर्व २,५०० ते ३,००० वर्षांपासून म्हणजेच आज इ.स. २०१५ साली तब्बल ४५०० ते ५००० वर्षांची परंपरा असणाऱ्या रिफ्लेक्सोलॉजी या उपचारपद्धतींचा वापर करुन मानवांना शारिरिक व्याधींपासून मुक्तता करण्याचे प्रयत्न होत होते, असा पुरावा संशोधकांना मिळालेला आहे. इजिप्त देशामध्ये पुरातन काळात पुरलेल्या एका डॉक्टराच्या थडग्यावर कोरलेल्या चिन्हांपासून हे शास्त्रीय

पातळीवर सिद्ध झालेले आहे. सदर फिजिशियन डॉक्टर आपल्या रुग्णाच्या तळपायावर हाताने दाब देत आहेत या संबंधीची ही चित्रचिन्हें सापडलेली आहेत.

आपला भारत हा देशदेखील पुरातन सांस्कृतिक ठेवा जपणारा असा जगाच्या पाठीवरील एक महत्त्वाचा देश आहे. अगदी पुरातन काळांपासून आपण भारतीयांनी मानवांच्या पायांना महत्त्व देवून अशा पदचिन्हांना सर्व जगताच्या एकात्मततेचे प्रतिक मानलेले आहे. आपण भगवान गौतम बुद्धांच्या पदचिन्हांवर संस्कृत चिन्हांचे रेखांकन रेखून त्यांनादेखील ज्वलंत व वस्तुनिष्ठ भावनांचे प्रतिक मानलेले आहे. भारतासह अनेक पौरात्य देशांमधून मानवी पायांना व पदचिन्हांना (पादुकांना) असे अनन्यसाधारण महत्त्व दिलेले आहे. पदस्पर्श व पददर्शनांतून आशीर्वाद मिळविण्याची भावना आपणां सर्व भारतीयांमध्ये अनादीकालांपासून चांगलीच रुजलेली आहे.

इसवीसनपूर्व १०० वर्षांपासून बौद्धधर्माचा प्रसार चीन देशांमधून मोठ्या प्रमाणांत झालेला होता. मिळालेल्या शिलालेखाच्या आधारे हे सिद्ध होते की, त्यांचे हे कार्य करण्यासाठी बौद्धभिक्षुंनी रिफ्लेक्सोलॉजी तंत्रांचा आधार घेतलेला होता असे दिसून आलेले आहे. त्याच्याही आधी सुमारे ४,००० वर्षांपासून चीनदेशांत रुग्णांना त्यांच्या रोगांपासून किंवा वेदनांपासून आराम मिळण्यासाठी वैद्यकीय उपचारांच्या बरोबर ॲक्युपंक्चर, मॉक्सीबोस्टन व रिफ्लेक्सोलॉजीचा वापर केला असल्याचे दाखले सांगितले जातात. या तंत्राचा वापर इजिप्तदेशांमधे अगदी पुरातन काळांपासून होत असावा कारण तसे चित्रमय पुरावे उत्खननांत सापडलेले आहेत.

असे असले तरी, पुरातन काळांपासून चीन व इजिप्त देशात प्रचलित असलेल्या रिफ्लेक्सोलॉजीचा व काही शतकांपासून ते आजपर्यंत सरावाने सिद्ध झालेल्या रिफ्लेक्सोलॉजी तंत्रांचा कसा संबंध जोडलेला आहे, हे शोधून काढणे अवघड काम आहे, कारण आजची सिद्ध झालेली रिफ्लेक्सोलॉजी अनेक लोकांच्यामार्फत शोधाअंती प्रस्थापित व विकसित झालेली आहे व त्यामुळे त्याचा आज दिसणारा पाया हा शास्त्रशुद्ध तंत्रावर आधारीत असलेला आहे.

आधुनिक काळाचा विचार करता, रिफ्लेक्सोलॉजी उपचारपद्धतीवरील लिहिले गेलेले पहिले पुस्तक डॉ.अॅडामस आणि डॉ. ए. अॅटाटीस यांनी इ.स. १५८२ साली लिहून प्रकाशित केलेले दिसून येते. त्यांचे हे पुस्तक प्रामुख्याने शरीराच्या प्रभागावर (झोन) उपचारपद्धती करण्याच्या तंत्रांवर आधारीत होते. त्यांच्या या पुस्तकानंतर काही काळातच लैपझींग येथे राहणाऱ्या डॉ. बेल यांनी लिहिलेले दुसरे पुस्तक दिसून येते. असेही निदर्शनास येते की, याच कालावधीत युरोपात अनेक युरोपियन डॉक्टर्स दाब व मसाज देऊन त्यांच्या रुग्णांना रोगांपासून आराम मिळवून देण्याचे तंत्र वापरत होते, त्याला त्यांनी **'प्रेशर-थेरपी'** असे नाव दिलेले होते.

या उपचारपद्धतीला **"रिफ्लेक्सोलॉजी"** हे आता सर्वमान्य झालेले नाव मिळण्यासाठी इ. स. १८९० सालाची वाट पाहावी लागली. या शतकाच्या उत्तरार्धामधे दोन रशियन शास्त्रज्ञ त्यांच्या रुग्णांवर मानसशास्त्रीय उपचार करीत होते. पुढे त्यांनी या संबंधीचे संशोधन नोंदवताना त्यात "रिफ्लेक्सोलॉजी" हा शब्द वापरला होता. 'डॉ. इवान पावलोव' व 'ल्वाडीमीर बेखेतेरेव्ह' हे ते दोन रशियन मानसशास्त्रज्ञ होत. अनेक वर्षे ते रुग्णांना त्यांच्या शरीराच्या विविध अंगांवर विशिष्टप्रकारे दाब देवून उपचार करीत असत. असे उपचार केले असता त्याचे काय परिणाम होतात या संबंधीचे संशोधनही ते करीत होते. त्यांच्या या कार्यांमध्ये त्यांना उत्तम यश आले व त्यांच्या संशोधनास मान्यता मिळून इ. स. १८९० साली या दोघांना रिसर्च सायन्स्टीस्ट व मेडिकल डॉक्टर म्हणून मान्यता देण्यात आली होती. याच काळात डॉ. हेन्री हेड नावाच्या डॉक्टरांनी 'रिफ्लेक्सोलॉजी' उपचारपद्धतीचा वापर करून या तंत्रांचा रुग्णांवरील मानसिक परिणाम तसेच रुग्णांच्या शरीरातील त्यांच्या अंतर्गत इंद्रियांवर, बाह्यत्वचेवर याचे काय परिणाम होतात या संबंधीची प्रात्यक्षिके करुन दाखविली होती. असेही सांगितले जाते की, इ.स. १९००च्या प्रारंभी व्हिएन्नाहून अमेरीकेला परत जात असताना 'डॉ. विल्यम एच्. फिट्सगेरॉल्ड' यांनी रिफ्लेक्स टेक्नॉलॉजीचे प्रात्यक्षिके, सार्वजनिक जागेवर जाहीररित्या दाखविली व त्यामुळे अमेरीकेद्वारा **'डॉ. विल्यम एच्. फिट्सगेरॉल्ड'** यांना रिफ्लेक्सोलॉजी उपचारपद्धती तंत्राचे जनक म्हणून मान्यता दिली गेली.

आपले प्रयोग सिद्ध करते वेळी, डॉ. विल्यम फिट्सगेरॉल्ड यांनी खूप मजेशीर वस्तुस्थिती उजेडात आणलेली होती व ती म्हणजे, रिफ्लेक्सोलॉजीच्या वापरांने विशिष्ट तंत्राचा वापर करुन ज्या अंगांवर योग्य असा दाब दिला जातो, रुग्णांना केवळ तेथेच आराम मिळतो असे नाही तर त्यामुळे शरीराच्या अंतरंगातही खोलवर त्याचे परिणाम होतात व रुग्णांना वेदनांपासून आराम मिळू शकतो. म्हणूनच आजच्या रिफ्लेक्सोलॉजी उपचारपद्धतीचे तंत्र हे शरीराच्या विशिष्ट (झोन) प्रभागावर म्हणजेच तळपायांच्या व तळहातांच्या ठराविक प्रभागांवर सुयोग्य पद्धतीने दाब देवून तसेच तेथे मर्दन करुन रुग्णांना व्याधींपासून आराम मिळविण्यावर बेतलेले आहे.

'डॉ. फिट्सगेरॉल्ड' यांचे एम्.डी. पदवी घेतलेले एक सहकारी डॉक्टर, 'डॉ. शेल्बाय रिले' हे विशिष्ट झोन तंत्रामध्ये खास रुची घेत असत. त्यांनी त्यावर अधिक संशोधनात्मक कार्य करीत हे तंत्र पुढे आणखी चांगल्या प्रकारे विकसित केले. त्यांनी प्रत्येक तळहातावरील व तळपायावरील प्रभागावर ५ उभे व ४ आडवे काल्पनिक प्रभाग निर्माण केले. त्यामुळे खाली दाखविलेल्या आधीच्या १० उभ्या काल्पनिक प्रभागांच्याऐवजी तळपायाचे अनेक शास्त्रशुद्ध प्रभाग निर्माण झाले, जेणेकरुन अचूकपणे रिफ्लेक्सोलॉजीचे उपचार करण्यात यश मिळू लागले.

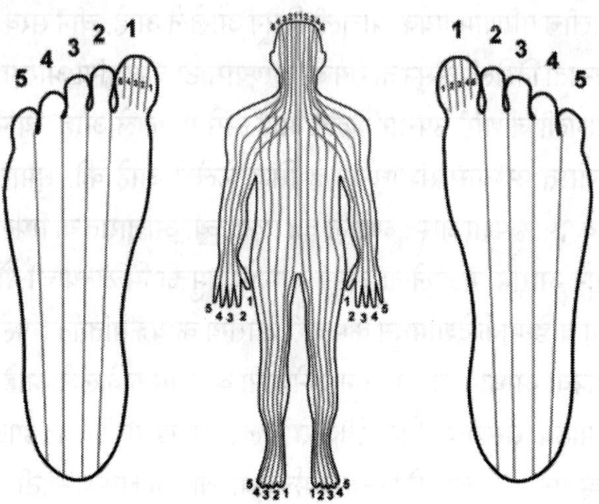

उभ्या भागांच्या बरोबरीने कल्पना केलेले तळपायाचे चार आडवे भाग

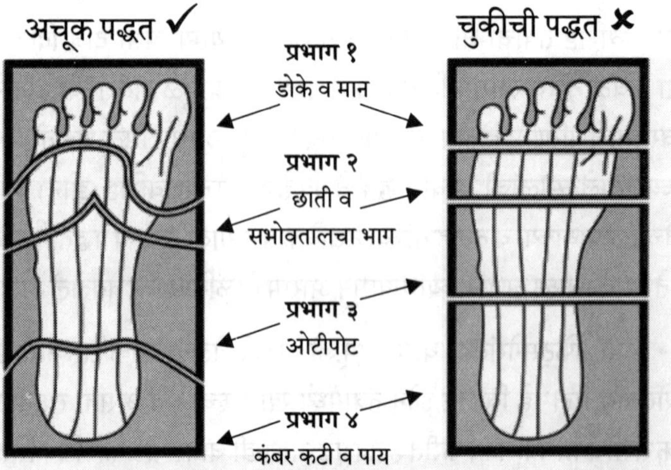

या तंत्राविषयी आज जगभर अभ्यास व संशोधन चालू असून विविध प्रकारच्या व्याधींवर आरामदायी पद्धतीने रिफ्लेक्सोलॉजी तंत्राने उपचार करण्याची पद्धत समाधान देणारी, कमी पैशात होणारी उपचार पद्धती म्हणून यशस्वी ठरू लागलेली आहे. विशेष करुन जुनाट प्रकारच्या आजारामधे रिफ्लेक्सोलॉजी उपचार पद्धती चांगलीच परिणामदायक झालेली दिसून आलेले आहे. चीन सरकारने या तंत्र पद्धतीस मान्यता दिलेली असून ती रोग बरे करण्यासाठी व रुग्णांना आराम देण्यासाठी वापरात आणली जाणारी उपचार पद्धती आहे असे मानलेले आहे. त्यांनी केलेल्या ३०० हून जास्त अभ्यास-संशोधनाने हे सिद्ध केलेले आहे की, सुमारे १८,००० प्रकरणामध्ये ९५% पेक्षा जास्त रुग्णांना ६४ प्रकारच्या आजारात या रिफ्लेक्सोलॉजी उपचार तंत्राने आराम मिळालेला असून त्यांना रोगमुक्ती मिळाल्याची नोंद झालेली आहे. जपान व डेन्मार्क देशांमधून कर्मचारी आरोग्य कार्यक्रमांतर्गत रिफ्लेक्सोलॉजी उपचार तंत्राच्या आधारे उपचार देवून अनेकांना व्याधीमुक्त केलेले आहे व त्यामुळे अनेक मोठमोठ्या संस्थांच प्रतिवर्षी हजारो डॉलर्सच्या खर्चाची बचत झालेली आहे. इतकेच नव्ह तर हे उपचार घेणाऱ्या कर्मचाऱ्यांच्या आजारपणांसाठी लागणाऱ्या

रजेच्या सुट्टीतदेखी बचत झालेली आहे. अशा या अतिशय संपन्न इतिहास असणाऱ्या रिफ्लेक्सोलॉजी तंत्राचा वापर करुन आपणांस रुग्णांना आराम मिळवून देण्याचे काम समाधान मिळवून देणारे आहे. तसेच भारतातील अनेकांना परवडणारे शुल्क आकारुनसुद्धा एक अत्यंत चांगले मासिक उत्पन्न देणारा प्रतिष्ठेचा व्यवसाय केल्याचा आनंददेखील असे काम करणाऱ्या रिफ्लेक्सोलॉजिस्टना मिळणार आहे. औषधीपद्धतीने उपचार करण्याच्या वैद्यकीय व महाग शल्यचिकित्सा (ऑपरेशन्स) यांच्या वेदना कमी करणारी तसेच काही केसेसमध्य त्या टाळणारी ही उपचारपद्धती सर्वांना आरामदायी, पैशांची बचत करणारी व हवीहवीशीच वाटेल.

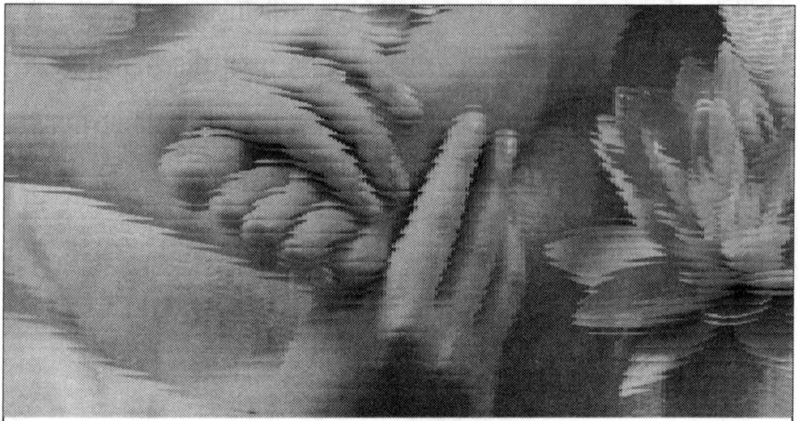

रिफ्लेक्सोलॉजी
उपचारपद्धती एक प्रवाही
व उत्साहवर्धक तंत्र आहे.
या उपचारामुळे शरीराच्या
अंतर्गत कार्यरत शक्ती प्रवाही राहते.

२. रिफ्लेक्सोलॉजीचा थोडा खोलवर अभ्यास

"रिफ्लेक्सोलॉजी" किंवा "प्रभाग (झोन) उपचारपद्धती" ही वैद्यकीय उपचारासाठी वापरात येणारी पर्यायी उपचारपद्धती आहे की, ज्यात ज्या पद्धतीत तळपाय, हाताचे तळवे व कानांच्या पाळ्यांवर अंगठ्याने, बोटांने अथवा हाताने विशिष्ट असा दाब देण्याचे तंत्र वापरले जाते. ही अशा तंत्रावर आधारीत आहे की, ज्यात आपल्या शरीर-अंगाचे प्रतिबिंब आपल्या तळहातावर वा तळपायांवर आहे हा सिद्धांत गृहित धरून संबंधीत प्रभागांवर विशिष्ट प्रकारे व विशिष्ट प्रमाणांत दाब दिला जातो. त्यातून रुग्णांच्या अंतर्गत इंद्रियांवर सुयोग्य परिणाम होऊन त्यांना शरीराच्या बाह्य भागांवर परिणाम झाल्याचे दिसून येते व ते शरीराच्या अंतर्गत हालचालीमार्फत संबंधीत व्याधीपासून खात्रीपूर्वकरित्या मुक्तता मिळवतात.

रिफ्लेक्सोलॉजीची व्याख्या -

"आपल्या तळपायांवर व तळहातावर आपल्या संपूर्ण शरीराचे प्रतिबिंब अंकित झालेले असून त्यामुळे तळपायाचे व तळहाताचे अनेक काल्पनिक प्रभाग निर्माण करता आलेले आहेत. अशी मान्यता आहे की, असे हे प्रत्येक काल्पनिक प्रभाग त्याच्याशी संबंधीत इंद्रिय, ग्रंथी व अवयवांचे प्रतिनिधीत्व करीत असतात व त्यामुळे जणू आपल्या शरीराचा संपूर्ण नकाशा त्या प्रभागावर चित्रित झालेला असतो. रिफ्लेक्सोलॉजी तंत्रामध्ये

तळपाय हा प्रमुख उपचारपद्धतीचा संपूर्ण प्रभाग असल्याने तयार झालेला प्रभाग ओळखून त्यावर विशिष्ट प्रकारे दाब देत तेथे हलके मर्दन (मसाज) केला असता, उपचार घेणाऱ्यास ताणांपासून व शारीरिक वेदनांपासून मुक्तता मिळू शकते. केलेल्या मर्दनांमुळे त्या प्रभावीत प्रभागावर पर्यायांने संबंधीत इंद्रिय, ग्रंथी किंवा अवयवांना लागणारे आवश्यक ते रक्ताभिसरण वाढते व त्यामुळे शरीराची नैसर्गिक व्याधीमुक्त होण्याची प्रक्रिया सुरु होते. त्यामुळे अल्पावधीत संबंधीत रुग्ण व्याधीमुक्त होतो व त्यांचे आनंदमय सुखी जीवन व्यतीत करतो. ”

अशा या रिफ्लेक्सोलॉजी तंत्राला आता अनेक नांवाने ओळखले जाते. त्यापैकी काही नावे पुढीलप्रमाणे आहेत. झोन थेरपी, शियात्सु, पॉईंटेड प्रेशर थेरपी, कॉन्टॅक्ट थेरपी, कॉन्सेंट्रेटेड मसाज किंवा नीडल्-लेस ॲक्युपंक्चर इत्यादी, इत्यादी. ही उपचारपद्धती कदाचित जगातील सर्वात जुनी, शास्त्रोक्तरित्या नैसर्गिक मर्दन (मसाज) किंवा सुयोग्य-सुखकर दबाव देण्याची उपचारपद्धती असावी. या रिफ्लेक्सोलॉजी उपचारपद्धतीत जेव्हा तळपायाच्या विशिष्ट प्रभाग (झोन) वर दाब देवून मसाज केला जातो तेव्हा त्याचा संदेश (सिग्नल) थेट संबंधीत इंद्रियाला, ग्रंथीला किंवा अवयावांना मिळतो व आपले शरीर त्या प्रभागाचे संतुलन राखीत शरीरातील रसायनाचा (उदाहरणार्थ एन्डोर्फीनचा) पुरवठा तेथे करते, अशा रितीने तेथील ताण नष्ट होवून आपणाला वेदनांपासुन मुक्ती मिळते.

वरील प्रमाणे रिफ्लेक्सोलॉजीचा अर्थ समजाऊन घेतल्यानंतर आपणांस या उपचारपद्धतीच्या पाठीशी जे प्रभागांचे तंत्रोपचार (झोन थेरपी) आहे ती समजाऊन घेतली पाहिजे. झोन थेरपी समजण्यास अत्यंत सोपी आहे. या तंत्रोपचार पद्धतीनुसार आपल्या शरीराच्या डोक्यापासून ते तळपायांपर्यंत व तळहातांपर्यंत दहा न दिसणारे जीवनप्रवाह वाहत असतात. हे जीवनप्रवाह आपल्या तळपायांच्या अंतापर्यंत (घोट्यापर्यंत) तसेच तळहातावरील बोटांच्या अग्रांपर्यंत येऊन काही काळ स्थीरावतात. ते ज्या प्रभागात स्थीरावतात त्याला संबंधीत ग्रंथीचा, इंद्रियाचा किंवा

अवयवांचा प्रभाग (झोन) म्हटले जाते. हे जीवनप्रवाह शरीराच्या उजव्या बाजुस पांच व डाव्या बाजुस पांच असे उभ्या अंगात समप्रमाणांत विभागलेले असतात. हे समसमान आकाराचे उभ्या अंगाने जाणारे प्रभाग डोके, चेहरा, खांदे, बाहू, छाती, ओटीपोटीचे अंग, जननक्षमता असलेले अंग, मांड्या, गुडघे, पाय व तळपाय अशा सर्वांगावर अंकीत झालेले असतात.

प्रभागांच्या (झोन) उपचारपद्धतीपासून अपेक्षीत परिणाम मिळण्यासाठी उपचार करणाऱ्या थेरपीस्टला या प्रभागांची व त्याच्या अंमलाखाली असलेल्या इंद्रियांची मुलभूत माहिती असणे अत्यावश्यक असते. त्यासाठी उपलब्ध असलेले व तुम्हास दिलेले अनेक आराखडे अभ्यासावे लागतात. असा अभ्यास झाल्यानंतर थेरपीस्टला शरीराच्या कोणत्या इंद्रियास सुयोग्य उपचार मिळण्यासाठी तळपायांच्या अथवा तळहाताच्या कोणत्या प्रभागाला दाब/मसाज द्यावयाचा आहे हे उत्तमरित्या समजते.

रिफ्लेक्सोलॉजी ही नैसर्गिक व आश्चर्यकारक उपचारपद्धती आहे, त्याचबरोबर ते समजण्याला व वापरण्यास अत्यंत सोपे तंत्र आहे. ही उपचारपद्धती खूप परिणामकारक, संपूर्ण सुरक्षीत व संपूर्णतः शास्त्रोक्त पद्धती आहे. ॲक्युप्रेशर उपचारपद्धतीचा वापर करणाऱ्या थेरपीस्टला शास्त्रशुद्ध प्रशिक्षण घेऊन अशा फक्त प्रशिक्षीत डॉक्टर्सना ती प्रभावीपणे वापरणे शक्य असते. याच्या उलट रिफ्लेक्सोलॉजी उपचारपद्धती अक्षरशः कोणीही, शिक्षीत वा अल्पशिक्षीत व्यक्तीला शरीराचे हे प्रभाग समजाऊन घेऊन रुग्णांना आराम देण्यासाठी वापरता येते. त्यासाठी मात्र त्यांना शरीराचे दहा अदृश्य उभे-प्रभाग (झोन), प्रभावीपणे दाब देण्यासाठी रुग्णाचा तळहात, तळपाय (तळवा) व इतर अवयवांवर उपलब्ध बिंदू (पॉईंटस्) व दाब देण्याचे तंत्र माहीत असणे गरजेचे आहे.

या रिफ्लेक्सोलॉजी उपचारपद्धतीची सर्वांत सुंदर गोष्ट आहे ती म्हणजे या तंत्रामध्ये जे उपचार होतात ते कोणत्याही वयाच्या, कोणत्याही लिंगाच्या दोन व्यक्तीमध्ये मग ते पुरुष, स्त्री, मुले, मुली, बालके, तरुण, म्हातारे कोणीही असोत

त्यांच्यामध्ये होतात. हे उपचार कोणत्याही वेळी कोणत्याही ठिकाणी करता येतात. या उपचारपद्धतीमुळे कोणतेही दुष्परिणाम न होता त्यापासुन फक्त सकारात्मक फायदे मिळवता येतात. कदाचित याच कारणांमुळे या उपचारपद्धतीबद्दल वैद्यकीय क्षेत्रातील तज्ज्ञ, त्यांचे व्यावसाईक व प्रगत विचार बाजुला ठेवून एकमताने खूप सकारात्मक व चांगले मत व्यक्त करतात.

यातील अत्यंत महत्त्वाची व लक्षात घ्यावयाची वस्तुस्थिती अशी आहे की, रिफ्लेक्सोलॉजी शरीराच्या वेदना-व्याधीसंबंधी त्याच्या मुळाशी जाऊन, कोणतेही गैरपरिणाम (साईड-इफेक्टस्) न देता नैसर्गिक पद्धतीने रुग्णांस व्याधीमुक्त करते. इतकेच नाही तर, रिफ्लेक्सोलॉजी आपल्या शरीरास अशापद्धतीने स्थीर करते की, भविष्यात असा कोणताही शारीरिक आजार, वेदना वा व्याधी निर्माण झाल्यास तुमचे तुम्हास कळते की नेमका कोणत्या पद्धतीचा उपचार आपणांस करुन घ्यावयाचा आहे, तो देखील औषधांवर कोणताही जादा खर्च न करता. येथे आणखी एक मत व्यक्त करणे आवश्यक वाटते की, वयोवृद्ध व ज्येष्ठ व्यक्तींना अनेक प्रकारच्या अलर्जीस्, साईड-इफेक्टस् व प्रॉब्लेम्स असतात त्यांच्यासाठी रिफ्लेक्सोलॉजी उपचारपद्धतीचा खूप छान परिणाम होतो व ह्या पद्धतीच्या उपचारांनी त्यांना खूप आराम मिळतो.

आपण हे पाहिले आहे की, रिफ्लेक्सोलॉजी म्हणजे शरीराच्या ठराविक प्रभागांवर किंवा बिंदू निश्चित करुन त्याठिकाणी सुयोग्य दाब देऊन, ठराविक दिशेने चोळणे. रुग्णांच्या सर्वसामान्य आरोग्याचा विचार करुन शरीराच्या कोणत्या ग्रंथीला, इंद्रियाला वा अवयवांना आराम मिळवून देण्यासाठी तळपायांवरील, तळहातांवरील वा कानाच्या पाळीवर असा दाब किंवा चोळण्याची क्रिया करावी लागते. उदाहरणार्थ रिफ्लेक्सोलॉजीच्या तंत्राप्रमाणे तळपायाच्या मध्यवर्ती प्रभागातील विशिष्ट केंद्राचा संबंध आपल्या मूत्राशय (ब्लॅडर) केंद्राशी लावला गेला आहे. रिफ्लेक्सोलॉजी थेरपीस्ट जेव्हा आपल्या अंगठ्याने अथवा बोटांनी या मध्यवर्ती केंद्रावर समोचित दाब देतात तेव्हा त्याचा सकारात्मक परिणाम रुग्णाच्या मूत्राशय कार्यप्रणालीवर होतो.

जरी रिफ्लेक्सोलॉजी तंत्राचा वापर रोगांचे निदान करण्यासाठी किंवा झालेली शारिरीक इजा दुरुस्त करण्यासाठी होत नसला, तरी जगातील लाखों लोक या उपचार प्रणालीचा उपयोग त्यांना झालेल्या दमा (आस्थमा), उत्तेजीतपणा (अँक्सेईटी), कर्करोगोपचार (कॅन्सर) हृदयरोग (कॉर्डियोव्हस्कोलारीस्यूज), मधुमेय (डायबेटीस), डोकेदुखी (हेडेक), किडनी फंक्शन्स, पी.एम्.एस्. व सायनुसिटीसे सारख्या व्याधींवर अतिशय परिणामकारकरित्या वापरतात.

रिफ्लेक्सोलॉजीचा उपयोग युरोप व आशिया खंडामधे पर्यायी उपचारपद्धती तसेच रोगप्रतिबंधक (प्रिव्हेंटीव्ह) उपचारपद्धती म्हणून मोठ्या प्रमाणात होवू लागलेला आहे. उदाहरणार्थ डेन्मार्क देशामध्ये इ.स. १९९० सालाच्या प्रारंभापासूनच तेथील म्युनिसिपालीटीज् व स्वायत्त संस्थांमधून रिफ्लेक्सोलॉजिस्ट या पदांवर स्वतंत्रपणे नेमणूका करण्यास सुरुवात केलेली आहे. त्यानंतर केलेल्या अनेक अभ्यासाअंती असे निदर्शनास आलेले आहे की, डेन्मार्क देशांतर्गत कार्यरत असलेल्या स्थानिक स्वराज्यसंस्थामधील कर्मचाऱ्यांच्या आजारपणाची रजा घेण्याच्या प्रमाणात व गैरहजेरीमध्ये प्रचंड प्रमाणात कपात झालेली आहे व त्यामुळे सेवकांच्या तसेच स्वराज्यसंस्थाच्या आर्थिक बचतीमध्ये मोठी वाढ झालेली आहे. या कर्मचाऱ्यांनी अशीही नोंद केलेली आहे की, रिफ्लेक्सोलॉजिस्टच्या स्वतंत्र नेमणूकांमुळे त्यांच्या आरोग्य विषयाच्या तक्रारी मोठ्या प्रमाणांत कमी किंवा नाहिशा झालेल्या आहेत व त्या थेरपिस्टच्या सहाय्याने नोकरीतील ताण-तणाव संपवित ते आरोग्य व मनःस्वास्थ्य मिळविण्यात यशस्वी ठरलेले आहेत. तेथील एका म्युनिसिपल जिल्ह्यामध्ये एकतृतियांश कर्मचाऱ्यांनी अशी नोंद केलेली आहे की, रिफ्लेक्सोलॉजिस्टच्या केवळ सहा सत्राच्या उपचारपद्धतींने त्यांना त्यांच्या नोकरीतील कामात समाधान मिळू लागलेले आहे.

रिफ्लेक्सोलॉजिमधील संशोधन -

रिफ्लेक्सोलॉजी विषयांतर्गत अक्षरशः शेकडो संशोधन-अभ्यास संपन्न

झालेले आहेत. त्यातील १७० अभ्यासाच्या निष्कर्षांनुसार त्यातील ८३% प्रकारणांत सकारात्मक परिणाम झाल्याचे निष्पन्न झालेले आहे. चीन देशामध्ये संशोधन-अभ्यास केलेल्या ८,०९६ रुग्णांच्या अहवालानुसार त्यांतील ९४% रुग्णांना रिफ्लेक्सोलॉजी उपचारपद्धतीमुळे स्पष्टपणे सकारात्मक परिणाम मिळालेला आहे. या संशोधन-अभ्यासानुसार पुढे वर्णन केलेल्या आजारांवर या उपचारपद्धतींने सकारात्मक परिणाम मिळणारे उपचार केलेले होते. (१) ताण व उत्तेजितता (स्ट्रेस आणि अँक्सिईटी), (२) वेदना हलक्या करणे, (३) कर्करोगावर प्रतिरोधात्मक काळजी घेणे, आणि (४) सर्व वयोगटांतील व्यक्तींच्या आरोग्यविषयक प्रश्नांची दखल घेवून त्यावर रिफ्लेक्सोलॉजी तंत्राने उपाययोजना करणे.

रिफ्लेक्सोलॉजीची उपचारपद्धती वापरुन सकारात्मक परिणाम प्राप्त करणे -

या उपचार पद्धतीने चांगले व सकारात्मक परिणाम मिळविण्यासाठी पूर्वनिश्चित प्रभाग ठरवून तेथे सातत्याने रिफ्लेक्सोलॉजीच्या तंत्रानुसार दाब देत याच्या थेरपिस्टना कार्यरत रहावे लागते. हे काम कोणीही सहजपणे शिकून स्वयं-तंत्रज्ञ (सेल्फ थेरपिस्ट) बनत सहजपणे करु शकतो, इतकेच नाही तर पुढे जाऊन तज्ज्ञ व्यावसाईक रिफ्लेक्सोलॉजिस्टच्या शिकवणीनुसार आपल्या कुटुंबामधील कोणतीही व्यक्ती अथवा सर्व कुटुंब हे काम सहजपणे शिकून घेऊन या उपचारपद्धतीचा अवलंब करू शकतील.

वर सांगितल्याप्रमाणे आपण स्वतःला स्वतः अतिशय सोपेपणाने रिफ्लेक्सोजीची उपचारपद्धती देऊ शकतो. त्यासाठी आपल्या उपचार पद्धतीत सातत्य राखून तळपायांवर व तळहातांवर आलेला ताण विशिष्ट तंत्र वापरून घालवता येतो. हे काम तळपायांसाठी फूट-रोलरचा तसेच तळहातांसाठी गोल्फ-बॉल वापरुन करु शकता. यासाठी सकाळ, दुपार व रात्री अशा वेळा ठरवून आपल्या उपचारपद्धतीत सातत्य राखणे गरजेचे आहे. चांगल्या परिणामांसाठी रिफ्लेक्सोलॉजी

उपचारपद्धतीला आपल्या आयुष्याचा एक भाग बनवा. दुसरे एखादे काम करत असतानादेखील रिफ्लेक्सोलॉजीचा उपचार सहजपणे घेता येतो. ही उपचारपद्धती आपणांस खूप आरामदायी अनुभव मिळवून देवू शकते व त्यातून त्याचा दर्जादेखील दर्जेदार बनवू शकतो.

वेदनेपासून मिळणारा आराम हे रिफ्लेक्सोलॉजीचा प्रमुख फायदा आहे. विविध वयोगटाच्या स्त्री-पुरुषांव केलेल्या अनेक अभ्यास-अहवालानंतर हे सिद्ध झालेले आहे की, रिफ्लेक्सोलॉजी उपचारपद्धतीमुळे आराम मिळतो. या अभ्यास-अहवालासाठी पुढील प्रकारचे रुग्ण तपासले गेले होते, गर्भवती महिलांचे दुखणे, रजस्वला स्त्रीयांचे दुखणे, छातीमधे होणारी जळजळ व वेदना, पाठीचे दुखणे, कॅन्सरसारखे दुखणे, किडनी-स्टोनचे दुखणे, जेष्ठ नागरिक व वृद्धाचे असे दुखणे की त्यांना शस्त्रक्रिया करण्याची आवश्यकता भासू शकते. या सर्व दुखण्यावर अमेरिकेतील डॉ. नॅन्सी स्टीफनसन् यांनी अनेक प्रयोगांच्या अंती हे सिद्ध केलेले आहे की, या परिणामाला आपल्या मेंदूतील न्युरोमॅट्रीक्स नावाने ओळखली जाणारी प्रक्रिया कारणीभूत असते, जी वेदना कमी करणारी फेट-कंट्रोल-थीअरीचा वापर करते. इंटरनेटवरील कोशात दिलेल्या अर्थानुसार "Fate control theory asserts that activation of nerves, which do not transmit pain signals called nanno receptive fibers, can interfere with signals from pain fibers, thereby inhibiting pain" थोडक्यात फेट-कंट्रोल-थीअरी ही आपल्या चेतासंस्था (नर्व्हज्)च्या चलन-वलनावर नियंत्रण करतात. वेदना जाणवताच मेंदूतील नियंत्रण-यंत्रणा शरीरातील संवेदी चेतापेशी मध्यवर्ती चेता संस्थेकडे किंवा स्नायूकडे संदेश पाठवतात. बहुधा हे संदेश शरीराच्या ज्ञानेंद्रियाकडून किंवा बाह्य शरीरबाह्य बदलाशी संबंधित असतात. रिफ्लेक्सोलॉजीमुळे या संदेशवहनात सकारात्मक परिणाम होतो व वेदनांचे शमन व आपल्या शरीरयंत्रणेमार्फतच आपोआप निवारण घडले जाते.

विविध वयोगटांतील लोकांच्या आरोग्याविषयी तक्रारी -

- **बालके** - मुलांची खोडकर व त्रासदायक वर्तणुक, बालदमा (अस्थामा), मतीमंदता (सेलेब्रल पाल्सी), पोटातील वेदना, जुनाट बद्धकोष्ठता (क्रॉनिक कॉन्स्टिपेशन) इत्यादी.

- **स्त्रियां** - बद्धकोष्ठता, नैराश्य व झोपेची कमतरता, मासिक पाळीचे त्रास, मध्यवयाच्या स्त्रियांचे त्रास (नैराश्य, ताण-तणावांचा परिणाम, रोगप्रतिबंधक शक्तीचा अभाव), अर्धशीशी व डोकेदुखी, ओटीपोटीतील दुखणे इत्यादी.

- **गर्भवती स्त्रियां** - प्रसुतीवेदना, इतर वेदना, प्रसुतीमधे शीघ्रता आणणे, अंगावरील दुधामधे वृद्धी करणे, प्रसुतीनंतर पोटात होणारे गॅस नियंत्रित करणे, मल-लघवीचे उत्सर्जन नियंत्रण, झोप-उत्तेजीतता व नैराश्य नियंत्रण इत्यादी.

- **प्रौढ व्यक्ती** - डोकेदुखी, झोप, बद्धकोष्ठता, मुत्राशयाचे रोग, आंतड्यांचा (इंटेस्टाईन) त्रास, यकृताचा त्रास (पँक्रीया), रक्ताभिसरण, मधुमेय (डायबेटीस), उच्च रक्तदाब, उच्च हृदयस्पंदने, श्वसनाचा त्रास इत्यादी.

- **पुरुष** - अस्थीरतेची भावना, अति ताण-तणावांमुळे येणारी दुर्बलता, शस्त्रक्रियनंतरचे उपचार, वाढलेल्या प्रोस्टेट-ग्रंथी, लघवीचे त्रास, नैराश्य व निराशाजनक वृत्ती इत्यादी.

- **जेष्ठ वयोवृद्ध** - रक्तदाब (ब्लड-प्रेशर), बद्धकोष्ठता, हायपर टेन्शन, निद्रादोष, नैराश्य, अस्थीरता व तोल जाणे, हृदयरोग इत्यादी.

तसे पाहिले असता, वर दिलेली यादी ही प्रमुख तक्रारींची यादी आहे. याच्याव्यतिरिक्त जवळपास वेदना देणाऱ्या किंवा वाढविणाऱ्या अनेक व्याधीवर रिफ्लेक्सोलॉजीच्या उपचारपद्धतीने आराम मिळवता येतो. उदाहरणार्थ तरुण-तरुणींना तारुण्यपिटिका (ॲक्ने)चा त्रास सहन करावा लागतो. यावर केलेल्या अनेक अभ्यासावरुन असा निष्कर्ष काढण्यात आलेला आहे की, सुमारे दहा दिवसांच्या रिफ्लेक्सोलॉजीच्या उपचाराअंती ॲक्नेवर नियंत्रण आणता येते. काही रुग्णांना

केवळ ३ किंवा ४ किंवा ५ सत्रांच्या उपचारानंतर असे नियंत्रण मिळालेले आहे. वर दिलेल्या आरोग्यविषयक तक्रारीवर उपचारपद्धती करण्यासाठी रिफ्लेक्सोलॉजीचे तंत्र स्वतः शिकून वापरता येते किंवा हे तंत्र संबंधीत रुग्णांवर उपचार करणाऱ्या तज्ज्ञ डॉक्टर किंवा नर्सना माहिती असेल तर ते त्याचा प्रभावीपणे वापर करु शकतात.

रिफ्लेक्सोलॉजीचे कार्य व त्यात वापरलेले तंत्र -

आपल्या शरीरातील सर्व मज्जातंतूंचा संबंध तळहातापर्यंत व तळपायापर्यंत आलेल्या मज्जारज्जूंशी आलेला असतो. या प्रभागावर आलेले मज्जारज्जू अति संवेदनाशील आहेत. आपण आपल्या एका हाताच्या बोटांनी या प्रभागांवर हलका दाब दिला किंवा हलकेसे चोळण्याचे (मसाज देण्याचे) काम केले तरी त्याचा प्रभाव आपण जाणू शकतो. ठराविक तंत्र व ठराविक दाब वापरुन आपण असे मसाजचे कार्य केले असता त्यामुळे आराम मिळतो, रक्ताभिसरण क्रिया सुधारते, मज्जासंस्थांचा व्यायाम घडतो आणि स्पर्शांमुळे घडणारे फायद्यांचे परिणाम अनुभवास येतात.

तळहातांपर्यंत व तळपायांपर्यंत आलेले दाबासाठी निवडलेले प्रेशर-सेन्सॉर हे संवेदनाशील असतात व त्यांच्यामार्फत उत्सर्जीत होणारा प्रतिसाद (रिफ्लेक्सिव्ह रिस्पॉन्स) त्यावर अंगठ्याने किंवा बोटांनी मिळणाऱ्या दाबामुळे सकारात्मक परिणाम संबंधीत ग्रंथी, इंद्रिय व अवयवांवर करतात. विशेषतः तळव्यांवर उपचार करताना ताण देणे व अंगठ्याने दबाव देत हालचाल घडवणे या गोष्टी दुग्धशर्करायोगांसारखे कार्य करतात. पारंपरिक रिफ्लेक्सोलॉजीमध्ये तेल, क्रीम किंवा लोशन यासारखे घटक उपचारपद्धतीच वापरणे टाळले जाते. परंतु त्याचबरोबर सुयोग्य दाब देण्यासाठी लाकडी फुट-रोलर, गोल्फ-बॉलसारख्या वस्तुंचा वापर केला असता त्याचे चांगले परिणाम होतात असे दिसून आले आहे.

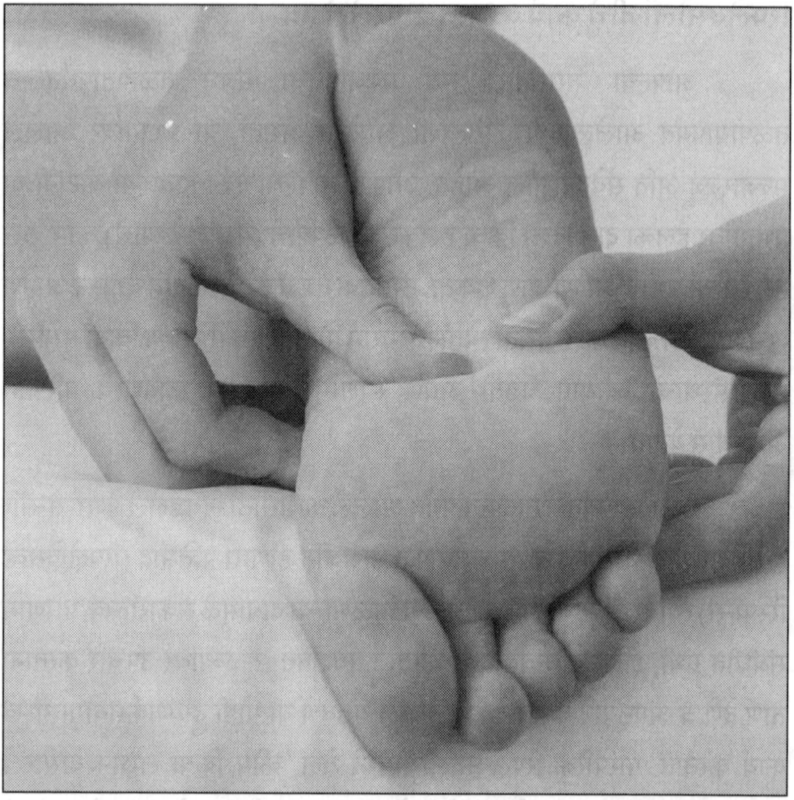

३. रिफ्लेक्सोलॉजी उपचारपद्धतीचे फायदे.

२१ देशाअंतर्गत केलेल्या १७० संशोधन-अभ्यासाने असे दाखविले आहे की, रिफ्लेक्सोलॉजी उपचारपद्धतीचे वापरात येणारे ठराविक तंत्र वेदना शमविण्यासाठी खूप परिणामकारक व फायदेशीर होवू शकतात. या संशोधन-अभ्यासाने असेही स्पष्ट केले आहे की, या उपचारपद्धतीचा परिणाम अनेकावीध शारीरिक व मानसिकरित्या संपूर्ण शरीराचे आरोग्य राखण्यासाठी, वेदना शमविण्यासाठी होवू शकतो. या तंत्राचे काही महत्त्वाचे फायदे खालीलप्रमाणे आहेत.

- **रिफ्लेक्सोलॉजी आराम मिळवून देते** - ज्या क्षणांपासून रिफ्लेक्सोलॉजी थेरपीस्टचा हात त्यांचे काम करु लागतो तस तसे त्याचे आरामदायी परिणाम घडू लागतात हे केलेले ई.ई.जी. ब्रेन ॲक्टिव्हीटीने दाखवून दिलेले आहे. केलेल्या अनेक अभ्यास संशोधनाने रिफ्लेक्सोलॉजीने दिलेले आरामदायी परिणाम सिद्ध केलेले आहे.

- **रिफ्लेक्सोलॉजी वेदना शमवतात** - सर्व वयोमानांच्या व्यक्तिंवर केलेल्या रिफ्लेक्सोलॉजीच्या उपचारानंतर असे खात्रीपूर्वकरित्या सांगता येते की, शरीराच्या वेदना कमी करुन त्या थांबविण्यासाठी ही उपचारपद्धती चांगली वापरता येते.

- **सर्वसाधारण आरोग्यविषयक तक्रारीवर उपाय** - संशोधनाअंती हे सिद्ध झालेले आहे की, रिफ्लेक्सोलॉजी उपचारतंत्राने सर्व वयोगटांच्या रुग्णांवर चांगले परिणाम होतात. लहान मुलांच्या उत्तेजितवृत्तीपासून ते वृद्धांना

सतावणाऱ्या मूत्रपिंडाशी संलग्नीत वेदनेपर्यंत सर्व अनास्थादायक आजारावर या तंत्राने उपचार करता येतात.

- **रिफ्लेक्सोलॉजी उपचारपद्धती शरीरातील रक्ताभिसरण वाढविते** - या उपचारामुळे शरीरातील रक्तपुरवठा व रक्ताभिसरण प्रक्रिया वाढते. त्यामुळे रुग्णाला वेदनांपासून सुटका सहजपणे करुन घेता येते.

- **रिफ्लेक्सोलॉजी शस्त्रक्रियेनंतरची बरे होण्याची प्रक्रिया वाढविते** - शस्त्रक्रियेच्या कठिण प्रसंगातून सुखरुपपणे बाहेर पडल्यानंतर त्यातून बरे होणे, त्यापासून झालेल्या इजेपासून लवकरात लवकर आराम मिळणे हे रुग्णाला अतिशय आवश्यक असते. अनेक संशोधन-अभ्यास असे दाखवितात की, रिफ्लेक्सोलॉजी उपचारपद्धती हे काम अतिशय चांगल्याप्रकारे करतात.

- **शारीरिक आरोग्यतेवर परिणामकारकता** - रक्तदाब व कोलेस्टरमध्ये वाढ झाल्यामुळे शारीरिक आरोग्यावर अतिशय हानीकारक परिणाम रिफ्लेक्सोलॉजी उपचारपद्धतीच्या वापराने आटोक्यात ठेवता येतात.

- **वैद्यकीय देखभालीमध्ये फायदा करतात** - हेमोडायलेसीस, न्युरोपॅथी, फँटम लिंब दुखण्याच्या वेदना सहन करणाऱ्या रुग्णांवर इतर कोणत्याही उपचारपद्धतींचा विशेष उपयोग होत नाही, तेथे रिफ्लेक्सोलॉजीने फायदा मिळतो.

- **मेंदुशी संलग्नीत आजारावर फायदा होतो** - डिप्रेशन किंवा नैराश्य हा एक आजार असून तो रुग्णाच्या मेंदुशी निगडीत आहे. रिफ्लेक्सोलॉजी उपचारपद्धतीमुळे अशा रुग्णांवर सकारात्मक परिणाम झाल्याची नोंद आहे.

- **रिफ्लेक्सोलॉजी उपचारामुळे कॅन्सरसारख्या रोगांवर प्रतिकारात्मक काळजी घेतली जाते** - कॅन्सरसारख्या दुर्धर रोगावर केमोथेरपीसारखे तीव्र क्षमतेचे उपचार घ्यावे लागतात. त्यामुळे वेदना, मळमळ आणि तगमग

यासारख्या अवघड प्रसंगाला रुग्णांना सामोरे जावे लागते. यावर आराम मिळण्यासाठी रिफ्लेक्सोलॉजी उपचारपद्धती परिणामकारक ठरली आहे.

- **गर्भवती स्त्रियांसाठी वरदान असलेली उपचारपद्धती** - स्त्रियांसाठी गर्भारपण एक कसोटी असते. प्रसुती, प्रसुतीनंतरचे उपचार यासाठी रिफ्लेक्सोलॉजीची उपचारपध्दती खूप फायदेशीर ठरलेली आहे. या पद्धतीचा वापर केल्याने प्रसुती सुकर होते, शिवाय रिफ्लेक्सोलॉजीमुळे प्रसुतीनंतर डिप्रेशन, ॲन्क्सीईटी, युरिनेशन व शौचालयीन प्रवृत्तीवर सकारात्मक परिणाम झालेले दिसून आलेले आहेत.

सर्वसाधारणपणे सांगायचे झाल्यास रिफ्लेक्सोलॉजी ही कोणत्याही आजारामधे निर्माण होणाऱ्या वेदना कमी करण्याच्या बरोबरीने आजारपणामुळे आलेला ताण निवळण्यास मदत करते. आपला तळवा हा शरीरावर होणारा ताण कमी करण्यासाठी मदत करतो आणि त्यावर दाबतंत्र व मसाज केल्याने त्याचे सकारात्मक परिणाम या उपचारपद्धतीमुळे मिळतात. या तंत्रामुळे शरीराचा तोल चांगल्यापद्धतीने राखला जातो व त्यामुळे ताण कमी होतात.

रिफ्लेक्सोलॉजी ही कोणत्याही वैद्यकीय उपचारांसाठी पर्याय नसून ती एक पूरक (कॉम्प्लिमेंटरी) उपचारपद्धती आहे. त्यामुळे ती कोणताही वैद्यकीय उपचार थांबवून त्याच्याऐवजी उपचार म्हणून याचा वापर करणे योग्य नाही. चाललेले योग्य ते वैद्यकीय उपचार चालू असताना हे साधे व सोपे रिफ्लेक्सोलॉजीचे उपचार दिले असताना केले जाणारे वैद्यकीय उपचार शरीराला चांगल्याप्रकारे लागू पडतात असे सांगितले जाते.

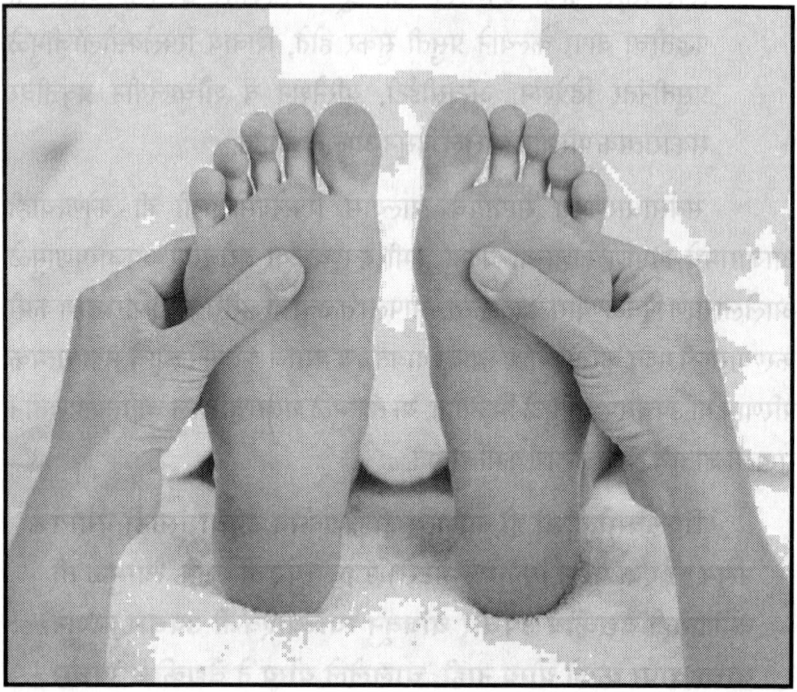

४. रिफ्लेक्सोलॉजी - प्रत्यक्ष उपचारपद्धती.

रिफ्लेक्सोलॉजीचे कार्यसत्र (सेशन) तीस मिनिटांपासून ते एक तासापर्यंत चालते. आपले क्लायंट किंवा रुग्ण एका आरामदायी खुर्चीवर बसून आपले पाय जमीनीवर आधारासाठी ठेवलेल्या टिपॉयवर अशापद्धतीने ठेवतात की, रिफ्लेक्सोलॉजी थेरपिस्टना त्यांचे काम करणे सुकर होईल. हे थेरपिस्ट तळपायाला सुयोग्य ताण देत व आपल्या बोटांनी त्यावर दाब देण्याचे कार्य करीत आपले काम करीत राहतात.

रिफ्लेक्सोलॉजीचे उपचार घेतल्यानंतर रुग्णाला आराम वाटला पाहिजे. रुग्णाला मिळालेला आराम किती काळ टिकून राहतो हे रिफ्लेक्सोलॉजीच्या यशाचे मोजमाप मानले पाहिजे. आपल्या रुग्णाला हे सांगण्याचा आग्रह धरला पाहिजे की, रिफ्लेक्सोलॉजीच्या मागील कार्यसत्रामधे त्यांना दिलेल्या उपचारांमुळे काय प्रतिसाद मिळालेला आहे. अशी माहिती रिफ्लेक्सोलॉजी थेरपिस्टना खूप उपयुक्त ठरते.

रिफ्लेक्सोलॉजी थेरपिस्टनी द्यावयाची उपचारपद्धती अशी असली पाहिजे की ती संबंधीत रुग्णांच्या आरामदायी कक्षेतच असावी. ती खूप जड किंवा खूप हलकी असता कामा नये. त्यासंबंधीची योग्य ती विचारणा थेरपिस्टने आपल्या क्लायंटसोबत करत राहिले पाहिजे तसेच संबंधीत क्लायंटला केलेल्या उपचारापैकी कोणत्या उपचाराने जास्त आराम वाटला त्याची नोंद ठेवली पाहिजे.

थेरपिस्टने आपल्या क्लायंटला सुरुवातीस अशी स्पष्ट सुचना दिली पाहिजे की, त्यांच्यापासून त्यांनी कोणत्याही वैद्यकीय सल्ल्यांची किंवा उपचाराची अपेक्षा

त्यांनी करु नये. रिफ्लेक्सोलॉजी ही कोणतीही स्वतंत्र वैद्यकीय चिकित्सा नसून ती रुग्णांवर चाललेल्या दुसऱ्या कोणत्याही वैद्यकीय चिकित्सेला पूरक अशी आराम देणारी उपचारपद्धती आहे.

आपल्या ग्राहकांस रिफ्लेक्सोलॉजी उपचार पद्धतीने किती आराम मिळालेला आहे हे स्ट्रेस-क्यूज् म्हणजे ताण दिलेल्या केंद्राचे परीक्षण करुन करता येते. स्ट्रेस-क्यूज् हे दर्शवितात की, रिफ्लेक्सोलॉजी मधे तळपायाच्या विशिष्ट केंद्राला, जिथे दाब दिला आहे तो शरीराच्या कोणत्या इंद्रियाला, अवयवाला किंवा ग्रंथीला प्रतिबिंबीत करतो आहे, व दिलेल्या उपचारामुळे शरीराच्या त्या भागाला कितपत आराम मिळालेला आहे.

रिफ्लेक्सोलॉजी उपचारपद्धतीच्या मर्यादा म्हणजे या तंत्रामध्ये निदान करता येत नाही किंवा कोणताही औषधोपचार देता येत नाही. ही पद्धती एक जोड किंवा पूरक उपचारपद्धती आहे. कोणासही तातडीचा किंवा गंभीर आजार असल्यास कोणत्याही इतर प्रचलित वैद्यकीय प्रणालीचा आधार घेणे आवश्यक आहे.

रिफ्लेक्सोलॉजीसाठी व्यावसायिक जुळणी –

रिफ्लेक्सोलॉजीची प्रॅक्टिसकडे पाहता, हा एक व्यावसायिकदृष्ट्या खूप यशस्वी व्यवसाय म्हणून वाढू शकतो. त्यातून अशी प्रॅक्टिस करणाऱ्या थेरपिस्टना चांगला मान-सन्मान व चांगला आर्थिक लाभ तर मिळू शकतोच, परंतु त्यातून अनेक व्याधीग्रस्त व्यक्तींना त्यांच्या शारीरिक व्याधी किंवा दुखण्यापासुन आराम मिळवून देणे, अनेकांना मानसिक शांती मिळवून देणे असे सत्कार्य करण्याची संधी त्यांना मिळू शकते. शिवाय ही प्रॅक्टिस करण्यासाठी कोणतीही मोठी गुंतवणूक करण्याची तशी आवश्यकता नाही. असे असले तरी व्यावसायिक यशाच्या दृष्टीने त्यातील सुयोग्य ते प्रशिक्षण घेणे, वातावरण निर्मितीसाठी आरामदायी बैठकीची व्यवस्था करणे, सुयोग्य आरोग्यासाठी स्वच्छ टॉवेल्स व वातावरण सुगंधीत व आल्हाददायी राखण्याची व्यवस्था करणे, रुग्णांच्या व स्वतःच्या आरोग्यासाठी सुयोग्य सॅनिटायझर्स, साबण, सुगंधी द्रव्य, क्रीम व लोशन्स याचा साठा राखणे या गोष्टी आवश्यक असतात.

आम्ही आमची संस्था **" पेस-पुणे"** यांचेमार्फत **" सॅक्रेड हिलींग रिफ्लेक्सोलॉजी इन्स्टिट्यूट" (श्री)** या स्वतंत्र विभागाची स्थापना करुन त्यांचेमार्फत या शास्त्राचा शास्त्रशुद्ध प्रसार करण्याचे व त्यासंबंधी सुयोग्य प्रशिक्षण देण्याची व्यवस्था पुणे येथे केलेली आहे. त्यासाठी संचालक प्रा. डॉ. सुभाष य. पवार यांनी त्याचा सखोल अभ्यास करुन त्यावर भरपूर लिखाण व सराव केलेला आहे. ते त्यांच्या प्रशिक्षित सहकाऱ्यांच्यामार्फत त्याचे पाच अभ्यास-कार्यसत्रात प्रशिक्षण देण्याचे काम करीत आहेत. त्यांच्यामते या शास्त्राचा जास्त फायदा काम करणाऱ्या स्त्रियांना चांगल्याप्रकारे होत असल्याने सौंदर्य-प्रसाधनांचे (ब्युटी-पार्लर्स) व स्पा-हाऊसेसना या क्षेत्रात काम करण्याची चांगली संधी आहे. त्यांनी जर माफक शुल्कामधे हे काम केले तर त्यांना शेकडों स्त्रियांच्यापर्यंत हे कार्य पोहोचविता येईल. सर्वांना परवडणारे शुल्क काय असावे? या संबंधीची सविस्तर चर्चा ते घेत असलेल्या कार्यसत्रांतून (सेमिनारमधून) घडवली जाते व त्याचा फायदा सर्व प्रशिक्षार्थींना नक्कीच होतो. थोडक्यात आम्ही घेत असलेले अभ्यास-कार्यसत्र म्हणजे तो एक केवळ एक शैक्षणिक कार्यक्रम न राहता, या शास्त्राच्या आधाराने आपला स्वतंत्र रिफ्लेक्सोलॉजीचा व्यवसाय उभा करावा किंवा सध्याच्या ब्युटी-पार्लरच्या व्यवसायाला याचा आधार देऊन जादा आर्थिक प्राप्ती करुन घेऊन व्यावसायिक समाधान कसे मिळवावे याचेही मार्गदर्शन या अभ्यास-कार्यसत्रांतून केले जाते. फक्त आमंत्रितांसाठी घेतले जाणारे हे अभ्यास-कार्यसत्र निःशुल्क आहे व ते पूर्वनियोजित सोमवारी सकाळी ११ ते १ या वेळेमध्ये आमच्या खालील कार्यालयात घेतले जाते.

पेस-पुणे, C/o **आर्ट २ डे गॅलरी,**

"समर्थ" (पी.डी.एम्.टी.) बिल्डींग,

हॉटेल मल्हारच्यावर, हिराबाग चौक, टिळक रोड,

सुभाषनगर गल्ली क्र. ६, शुक्रवार पेठ, पुणे-४११००२

(Mobile: 9822040714)

रिफ्लेक्सोलॉजी उपचारपद्धती
फक्त प्रतिष्ठीत व्यवसाय नाही,
तर ती एक समाजातील
दुःख भोगणाऱ्या अनेकांसाठी
एक उत्तम सेवाकार्य आहे.

★

५. तळपायाचे आरोग्य व मसाजतंत्र.

समजायला लागल्यापासून आपण शब्दशः या पृथ्वीतलावर आपल्याच पायावर उभे राहून कार्यरत असतो. पायामुळे आपणांस स्थिरतेचा विश्वास मिळतो व त्यामुळे आपण जगभर सर्वत्र फेरफटका करु शकतो. स्वतःच्या पायाने फेरफटका मारता येणे हे मानवजातीला मिळालेले सर्वात मोठे स्वातंत्र्य आहे. घरातील बालकाला एकदा चालता यायला लागले की, ते त्यांच्या पालकांचा आधार न घेता स्वतः त्यांच्या जगताचा शोध घेवू शकतात. या विषयाची तज्ज्ञ लिंडा फेहर्स सांगते, "तळपाय हा आपल्या पायाचा मूळ आधार आहे व त्याला नियमित मसाज केल्याने त्याचे आरोग्य व त्यामुळे आपले स्वतःचे आरोग्य चांगले राहू शकते".

असे असले तरी, आपल्या संपूर्ण शरिराच्या तुलनेत आपणांपैकी काहीजण नेहमीच आपल्या तळपायांकडे व पायांकडे अक्षम्य दुर्लक्ष करतात. आपणांपैकी बरेचजण दिवसभराच्या कामात आपल्या पायात मोजे किंवा स्टॉकिंग्ज वापरतात व कित्येकदा त्याच्या स्वच्छतेकडे दुर्लक्ष होते. सर्वसाधारणपणे पायाच्या आरोग्याकडे आपण गंभीरपणे बघत नाही किंवा त्याचा आळस करतो, आणि जेव्हा पाय दुखू लागतात किंवा ते अकार्यक्षम होतात तेव्हा त्यामुळे आपल्या संपुर्ण शरीराला तर त्याचा त्रास सहन करावाच लागतो, त्याहीपेक्षा त्याचा जास्त त्रास आपणांवर अवलंबीत असलेल्या जवळच्या व्यक्तीला होतो. परावलंबी हालचालीमुळे त्याचा परिणाम त्या व्यक्तीच्या मानसिकतेवरदेखील होतो.

शरीरातील पायाची रचना

आपण मानवाच्या तळपायात २६ हाडे, ३३ जोड, ३६ स्नायु, ५६ मज्जातंतु (लिगॅमेंट) व ७००० रक्तवाहिन्यांच्या टोकांचे जाळे आहेत. सर्वसाधारण एक मनुष्य त्यांच्या आयुष्यात ७९,००० ते १,००,००० मैलाचा प्रवास आपल्या पावलांनी करतो. प्रवास करणाऱ्या पावलांची ही संख्या एवढी आहे की, त्यात संपुर्ण जगाला ३ वेळा प्रदक्षिणा करता येते. प्रत्येक दिवशी आपण आपल्या पावलांवर संपुर्ण शरीराचे वजन पेलीत कित्येक तास उभे असतो.

पायासाठी दिली गेलेली त्रासदायक वागणूक -

इतिहास असे सांगतो की, चीन देशामध्ये स्त्रियांना त्यांचे पाय विशिष्टप्रकारे बांधून अतिशय त्रासदायक वागणूक देण्याची प्रथा रुढ झालेली होती. सुमारे सोळाव्या शतकांपासून तेथे संपुर्ण स्त्री जातीने स्वतःला अशा बंधनामध्ये ठेवून घेणे ही प्रथा सर्वमान्य झालेली होती व परंपरेने ती तेथे पाळलीही जात होती. इ.स. १९४९ साली तेथील सरकारने सक्तीने एक कायदा करून ही अनिष्ट प्रथा संपुष्टात आणली. या प्रथेमुळे तेथील संपुर्ण स्त्री जातीला अनेक शारीरिक व्याधींना सामोरे जावे लागत असे, या प्रथेने त्यांच्या पायाची हाडे मोडली जात असत किंवा त्यांना त्यांची हाडे सक्तीने मोडून घ्यावी लागत, कारण त्यामुळे त्यांना तथाकथीत "कमल-पद" (लोटस-फीट)चा दर्जा प्राप्त होत असे म्हणे. सरकारने सक्तीचा कायदा करण्यापूर्वी चीनमध्ये केलेल्या सर्वेक्षणात असे आढळून आलेले होते की, १९ व्या शतकात सधन उच्चवर्णीय वर्गांतील ४०-५० टक्के स्त्रियां तर खालच्या, कामगारवर्गांतील जवळजवळ १०० टक्के स्त्रियां अशा बंधनात स्वखुषीने ठेवून घेत असत. कारण त्याकाळी अशारितीने बांधलेले पाय म्हणजे सधनतेचे व समृद्धीचे लक्षण मानले जात असे. अशीही मान्यता होती की, "कमल-पद" (लोटस-फीट) असलेल्या स्त्रियांचा दर्जा उच्चतम पातळीला गेलेला असून त्यांना पुढे भविष्यात कोणत्याही प्रकारचे शारीरिक श्रम करण्याची आवश्यकता भासणार नाही. त्यांच्या पायाच्या या विचित्र बंधनामुळेच त्यांचे चालणे कमळपुष्पांप्रमाणे डौलदार भासते, असे म्हटले जात असे.

प्रथमदर्शी असे त्यांचे चालणे शृंगारिक व कामभावना चेतावणारे असले तरी त्यामुळे अशा स्त्रियांना खूप त्रासदायक होत असे. तरीदेखील त्याकाळी ज्या स्त्रियांचे पाय अशा पद्धतीने बांधले जात नसत, त्या मुद्दामच अशाप्रकारची पादत्राणे वापरण्याचा प्रयत्न करीत की, लोकांना त्यांचे चालणे पाय बंधमुक्त ठेवल्यासारखे दिसावे. त्यांच्या अशा बंधनामुळे वा पादत्राणांमुळे होणाऱ्या वेदनांच्याबरोबर त्यांना पायाच्या इतर शारीरिक त्रासांना, जसे की वाढलेली व अंतर्वक्र झालेली पायांची नखे, होणाऱ्या जंतुमय जखमा, गँगरीन, तळव्यांना जंतुबाधा (ज्यामुळे तळपाय कापण्याची परिस्थिती उद्भवत असे) सामोरे जावे लागत असे. कित्येकदा तळव्यांची हीजंतुबाधा इतकी तीव्र असे की, त्यापासून येणाऱ्या झटक्या(अटॅक)मुळे मृत्यूही येत असे. पायांच्या अशा बंधनाच्या गैररुढीमुळे संबंधीत स्त्रीचा तोल जावून त्यांची इतर नाजुक हाडे मोडण्याची व त्यांच्या मणक्यांच्या हाडांना इजा पोहचली जाण्याचा धोका मोठ्या प्रमाणात होत असे.

आजचे जग व खास करुन जगभरच्या स्त्रियां आता आपल्या तळपायाच्या आरोग्याबद्दल खूप जागृत झालेल्या आहेत. चीन देशातच काय तर जगाच्या पाठीवर कोठेही स्त्री कमनीय, लोभस, आकर्षक दिसण्यासाठी आपले पाय बंधनात ठेवण्यासाठी तयार होत नाही. ही वस्तुस्थिती मान्य केली तरीही आत्ताच्या स्त्रियांना पायांच्या दुखण्याचा, ते कुरुप होण्याचा, त्यांच्या गुडघ्यात व घुटण्यात वेदना होण्याचा त्रास पुरुषांपेक्षा जास्त का आहे? त्याचे कदाचित एक कारण असू शकते की, आधुनिकतेच्या नावाखाली अनेक स्त्रियां अरुंद तळवे असलेल्या, उंच-उंच टाचेच्या पादत्राणांचा उपयोग करताना दिसत आहेत. कदाचित हे काम त्या आपण जास्त आकर्षक दिसावे, सडपातळ व उंच दिसावे यासाठी करत असाव्यात. परंतु त्यामुळे त्यांच्या तळपायांच्या स्नायुंवर अतिरिक्त ताण येतो, हाडांमधे वैगुण्य येते व त्यांच्या शरीरयष्टीमधे वक्रता निर्माण होते. अशी पादत्राणे कितीही आधुनिकतेचा डंका वाजवीत असली तरी, सुज्ञ स्त्रियांना त्यात सुयोग्य बदल करणे आवश्यकच आहे.

पायांसाठी सुयोग्य पादत्राणांची निवड.

अयोग्य पादत्राणांच्या (शूजच्या) वापराने, पायांना दुरुस्तीच्या पलिकडे त्रास होवू शकतो हे लक्षात घेऊन अशी चुकीची पादत्राणे वापरु नयेत. त्यावर लागलीच करता येण्याजोगा उपाय म्हणजे आपणांस आरामदायी वाटणाऱ्या, पायाला व शरीराला संपूर्ण आधार देणाऱ्या पादत्राणांची निवड करणे व त्याचा वापर करण्यास सुरुवात करणे हाच आहे.

येथे महत्त्वाची सूचना अशी की, पादत्राणांवर मारलेल्या शिक्क्याच्या मोजमापांवर पादत्राणांची निवड न करता, आपल्या पायाला कोणते पादत्राण जास्त आराम व आधार देवू शकते याची प्रत्यक्ष चाचणी घेऊनच आपली पादत्राणे खरेदी करावीत. पादत्राणांच्या आकाराचे शिक्के त्याच्या उत्पादकसंस्थेच्या मानकांनुसार व त्याच्या शैलीनुसार बदलत राहतात.

- पादत्राणांची शैली (स्टाईल) तुमच्या पायाच्या आकारमानानुसार असावी.
- दिवसाच्या अखेरीस, जेव्हा तुमचा पाय दिवसभराच्या कष्टानंतर ताणलेल्या अवस्थेत असतो तेव्हा पादत्राण पायात घालून तपासावेत.
- निवडलेले पादत्राण पायात घालून चालावे व असे करताना वारंवार खात्री करुन घ्यावी की त्या निवडलेल्या शूजमुळे पायांना आराम व आधार मिळतो आहे.
- आपले पाय सतत वाढत असतात त्यामुळे तसेच वयाच्या वाढीमुळे, शरीराचे वजन कमी-जास्त झाल्याने पायाच्या आकारात बदल होत असतात. त्यामुळे पायांचे मोजमाप अपडेट करत रहावे.

ताण (स्ट्रेस) व रिफ्लेक्सोलॉजीची उपचारपद्धती

केलेल्या संशोधन पाहणीनुसार रिफ्लेक्सोलॉजी उपचारपद्धतीचा एक खूप

महत्त्वाचा निष्कर्ष म्हणजे ही उपचारपद्धती आलेला ताण कमी करण्यासाठी फार चांगले परिणाम दर्शवितात. झालेल्या एका शास्त्रीय पाहणीनुसार माणसांचे सुमारे ७५ टक्के मानसिक, शारीरिक व आत्मीक नुकसान हे आपणांवर येणाऱ्या अतिरिक्त ताणांमुळे होते. अतिरिक्त ताणाच्या शृंखलेतून शरीराच्या स्नायुंवर परिणाम होतो, त्यामुळे त्याच क्षणांपासुन आपल्या शरीरामधील प्रत्येक भागांना ऑक्सिजन पुरविण्यात अडथळा निर्माण होतो व त्यामुळे वेदना सुरु होतात. याचाच दुष्परिणाम म्हणून शरीरास आवश्यक असलेले जीवनाश्यक घटकांचे वितरण सुव्यवस्थितपणे होत नाही, त्यामुळे शरीरा आतमधे तयार होणारे विषारी द्रावणे व घटक बाहेर टाकण्यास अडथळा निर्माण होतो. अशी ही शारीरिक अवस्था अनेक रोगांची सुरुवात होण्याची प्रथम पायरी असते. रिफ्लेक्सोलॉजी उपचार पद्धतीमुळे शरीरामधील ताण कमी कमी होत तो संपुर्ण नष्ट केला जातो व त्यामुळे आपले शरीर सर्वसाधारण स्थितीस येऊन ते सुव्यवस्थित राहते.

आपल्या शरीराचे चलनवलन नियंत्रित करण्यासाठी चेतासंस्था (नर्व्हज् सिस्टम) कार्यरत असते ती विद्युत पद्धतीप्रमाणे चाललेली असते. या चेतासंस्थेकडून सातत्याने होणाऱ्या जीवनावश्यक घटकांच्या पुरवठ्यामुळे आपले शरीर कार्यरत व सक्षम राहते. आपल्या शरीराचा प्रत्येक अवयव व इंद्रिय चेतासंस्थामार्फत मेंदुकडे व पुन्हा मेंदुकडून संबंधीत इंद्रियांपर्यंत पोहोचविल्या जाणाऱ्या संदेशयंत्रणेच्या आधारानेच काम करत असते. शास्त्राने या गोष्टीस पुष्टी दिलेली आहे की, अतिरिक्त ताणाच्या परिस्थितीमधे ही संदेश यंत्रणा तीव्रतेने काम करते आणि त्यामुळे आपले अवयव व ग्रंथी सर्वसाधारण कार्य न करता विस्कळीतपणे कार्य करु लागतात. रिफ्लेक्सोलॉजी उपचारपद्धतीचे प्रमुख्य तत्त्वच हे आहे की, आपल्या शरीराच्या चेतासंस्थांचे मूळ तळपायांपर्यंत आलेले असल्याने, तेथे हलका मसाज व दाब देऊन चेतासंस्थांना उत्तेजित करता येते व त्यांच्यामार्फत सकारात्मक विद्युत संदेश संबंधीत अवयवांना वा ग्रंथीना पोहोचवून नैसर्गिकरित्या शरीराची रोग-प्रतिबंधकशक्ती वाढविता येते व त्यामुळे वेदनांपासुन आराम मिळून रोगमुक्तीकडे वाटचाल सुरु होण्यास मदत होते.

वर सांगितल्याप्रमाणे शरीराच्या चेतासंस्था या प्रामुख्याने विद्युत

प्रणालीनुसार कार्यरत असतात तर शरीराला जीवनावश्यक घटकद्रव्ये पुरविणाऱ्या ग्रंथी (ग्लँडस्) या शरीरातील रासायनीक प्रणालीवर कार्यरत राहतात. आपल्या शरीरासाठी असे जीवनावश्यक घटक (हार्मोन्स) रक्तांमधून वा इतर तत्सम घटकांमधून समतोल प्रणालीच्या आधाराने (एन्डोक्राईन सिस्टम) पुरवले जाणे गरजेचे असते कारण त्यामुळेच आपले शरीर पूर्णतः सक्षम व कार्यरत राहू शकते. असा पुरवठा सदोष राहू नये यासाठी शरीराच्या अंतर्गत अनेक समतोल प्रणालीच्या ग्रंथी (एन्डोक्राईन ग्लँण्डज्) अथकपणे सातत्याने काम करीत असतात. दुर्दैवाने या ग्रंथीपैकी काहींना अनपेक्षीत कारणांमुळे इजा पोहोचली तर त्यामुळे, संबंधीत अवयवच नाही तर संपूर्ण शरीराला जीवनावश्यक घटकांचा पुरवठा होण्यात अडचण येवू शकते व त्यामुळे संपुर्ण शरीरयंत्रणा अडखळून संबंधीत व्यक्तीला त्रास सहन करावा लागू शकतो. रिफ्लेक्सोलॉजीच्या उपचारपद्धतीमुळे संबंधीत चेतासंस्थाच्या मुळांना मसाज व हलका दाब देत, आपण आपल्या शरीराच्या चेतासंस्थांची विद्युतप्रणाली उत्तेजीत करु शकतो. त्यामुळे शरीराची एन्डोक्राईन सिस्टम सुव्यवस्थित होऊन शरीर पुन्हा नियंत्रणाखाली येऊ शकते. याचे हेच सूत्रच आहे की, जेव्हा शरीराची विद्युत-यंत्रणा सुव्यवस्थितपणे संदेशांचे दळणवळण मुक्तपणे करु शकते तेव्हा शरीराच्या अंतर्गत कार्यरत असलेल्या ग्रंथींना सुयोग्य कार्यरत राहण्याचे संदेश मिळतात व त्यामुळे त्यांची एन्डोक्राईन सिस्टम कार्यरत राहून शरीराला ग्रंथींच्या मार्फत जीवनाश्यक घटक सुयोग्य प्रमाणांत मिळतात, त्यामुळे येवू घातलेले किंवा असलेले आजार मुळापासून रोखले जातात. त्यामुळे आपले शरीर संतुलीत, वेदनामुक्त व निरोगी राहून आपणांस जीवनाचा आनंद मुक्तपणे घेता येतो.

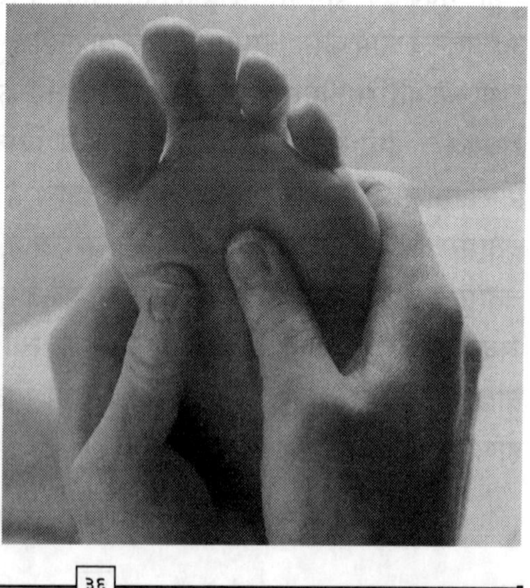

रिफ्लेक्सोलॉजी उपचारपद्धतीत आपल्या हाताचे अंगठे, बोटे व बोटांच्या खालील टोकांस असलेल्या हाडांचा (नकल्स) वापर करुन तळपायांवरील ठराविक अग्रांना सुनियंत्रित दाब व मसाज दिला जातो. अनेक संशोधनाच्याअंती, आपल्या संपूर्ण शरीरातील अवयवांची प्रतिमा (रिफ्लेक्शन) तळपायावरील व तळहातावरील भागांच्या अग्रांवर पडलेले आहे तसेच ते अवयव वा ग्रंथी तेथील मज्जारज्जूंशी जोडल्या गेलेल्या आहेत हे सिद्ध केले गेलेले आहे. याला पुष्टी देणाऱ्या अर्थाचे अनेक लेख (आर्टिकल्स), चलत्-चित्रे (व्हिडिओज्) व चित्रे (चार्टस्) जगभर व इंटरनेटवर विपुल प्रमाणांत उपलब्धही आहेत. अनेक लोकांनी रिफ्लेक्सोलॉजी उपचारपद्धतीचा वापर करुन किंवा उपचार घेऊन त्यांना मिळालेल्या सकारात्मक परिणामाचे, आराम मिळाले असल्याचे व ताण नष्ट झाल्याचे अहवालही वाचण्यास / पाहण्यास मिळतात. संशोधनाचे हे अहवाल जरी स्पष्ट करत नसले तरी ते दिवसेन् दिवस वाढतच आहेत व त्यातून एकाही व्यक्तींने या उपचारपद्धतीच्या विरोधात मत दिलेले नाही. त्यात असेही नमूद केलेले आहे की, रिफ्लेक्सोलॉजीच्या उपचारामुळे कॅन्सर (कर्करोग) सारख्या रोगामुळे आलेले नैराश्य, वेदना कमी होण्यासाठी मदत होते. नव्याने समोर आलेल्या काही मर्यादीत पुराव्यानुसार रिफ्लेक्सोलॉजी मनावर आलेले मळभ (फटीग्) दूर करुन जीवनाकडे सकारात्मकपणे बघण्याचा दृष्टीकोन वाढविते. रिफ्लेक्सोलॉजीची उपचारपद्धती ही अत्यंत सुरक्षित, विश्वासनीय व प्रशिक्षित रिफ्लेक्सोलॉजीस्टच्या कौशल्यामुळे जीवन आनंदमय करणारी पद्धती आहे, हेच खरे. त्यामुळे ही एक उपचारपद्धती न राहता ती मानवोपयोगी, पुण्यमय सेवा झालेली आहे.

रिफ्लेक्सोलॉजी जरी आता आधुनिक पाश्चिमात्य उपचारपद्धती म्हणून रूढ होऊ पहात असली तरी त्याला एक इतिहासही आहे. याच्यानुसार या तंत्रात तळपायाच्या व काहीवेळा तळहात आणि कानांच्या पाळयांच्या ठराविक भागांवर हाताच्या बोटांनी दाब देऊन चोळले (मसाज) जाते. असे भाग किंवा त्या भागांचे अग्र शरीराच्या अंतर्गत अवयवांशी व ग्रंथीशी जोडले गेलेले असल्याने रिफ्लेक्सोलॉजी त्या अवयवांचे/ग्रंथींची कार्यक्षमता वृद्धिंगत करतात. त्यामुळे या तंत्राचा उपयोग शरीराचा ताण कमी करणे, तणाव नष्ट करणे व आजार घालवून आरोग्याकडे वाटचाल करावयास मदत करणे हे या रिफ्लेक्सोलॉजीचे त्रिसुत्रे आहेत.

या विषयासंबंधी पुराव्याच्या समान सापडलेल्या गोष्टी आहेत, ज्या स्पष्टपणे सांगतात की, पुरातन काळांपासून या उपचारपद्धतीचा वापर इजिप्त, भारत व चीन देशांमधून केला जात असे. आधुनिक रिफ्लेक्सॉजीला "झोन-थेरपी" ही संज्ञा देण्यासाठी डॉ. विल्यम फिट्झगेरॉल्ड या कान, नाक व घसा तज्ज्ञ डॉक्टरांचे २० व्या शतकात त्यांनी केलेले संशोधनकार्य जबाबदार आहे. त्यांनी हे शोधून काढले की, शरीराच्या एका विशिष्ट बाजूवर दिलेल्या दाबाच्या मसाजामुळे शरीराच्या दुसऱ्या बाजूवर परिणाम होतो. त्यावर आणखी संशोधन करुन त्यांनी शरीराचे विशिष्ट उभे १० उभे प्रभाग (झोन्स) निश्चित केले व त्यांच्यावर परिणाम (रिफ्लेक्सेस्) करणारे प्रभाग पायांच्या तळव्यांवर निश्चित केले. त्यावर पुढे आणखी संशोधन होऊन ४ आडवे प्रभाग निश्चित केले गेले. अशा रितीने आजची आधुनिक रिफ्लेक्सोलॉजी किंवा झोन-थेरपी अस्तित्वास आली.

६. रिफ्लेक्सोलॉजीचा अल्पसा इतिहास.

इजिप्त देशाची पुरातन पद्धत

प्राचीन काळांपासून भारत, चीन व इजिप्तमधील तज्ज्ञ या उपचार पद्धतीचा वापर करत असल्याचे आढळून आलेल्या आहे. अशी मान्यता आहे की, इजिप्त देशात या तंत्राचा शोध लावलेला असून इजिप्तशियन तज्ज्ञ या पद्धतीचा वापर फार पूर्वीपासून करत होते. रिफ्लेक्सोग्राफीच्या संशोधनाअंती सापडलेल्या पुराव्यानिशी सिद्ध झाले आहे की. मिळालेला सर्वांत पुरातन रिफ्लेक्सोलॉजीचा संदर्भ सुमारे इसवीसनपूर्व २३३० वर्षांपूर्वीच्या म्हणजेच ४००० वर्षांपूर्वीचा आहे. अख्मोहन (इजिप्त) सक्वारा येथील एका वैद्याच्या थडग्याच्या भिंतीवर आधी वर्णन केलेली स्पष्ट चित्रचिन्हे, आलेख व चित्रांकन सापडलेले आहे. वर दाखविलेल्या या पुराव्यावरुन असे दिसते की, एक थेरॅपिस्ट त्याच्या रुग्णांच्या तळपायावरील तसेच तळहातावरील

काही भागांवर दाब देत मसाज करीत होता. कैरो येथील पापीरस इन्स्टिट्यूट तेथे दिसलेल्या चित्रचिन्हांचा अर्थ स्पष्ट करीत असे सांगितलेले आहे की तो रुग्ण आणि थेरपिस्ट या दोघांच्यामधील सुसंवाद आहे, त्याचावर उल्लेख आलेला आहे.

वर दाखविलेल्या चित्रात प्राचीन काळातील लोक आपल्या सहकाऱ्यांच्या तळव्यांना व तळहाताला मसाज देऊन उपचार देत आहेत. वस्तुस्थिती अशी आहे की, वरील प्रतिमा २३३० ख्रिस्तपूर्व काळातील एका इजिप्तशियन थडग्यावर जी हायरोग्लाफीक चिन्हांची सांकेतिक लिपी वापरलेली आहे, त्याचा अन्वययार्थ खालीलप्रमाणे आहे.

एक रुग्ण म्हणतो. "मला दुखवू नकोस."

त्यावर त्याचा उपचारकर्ता म्हणतो, "मी असे काम करीन की, तुम्ही मला त्याबद्दल नावाजाल."

अशारितीने त्या प्राचीन काळातील उपलब्ध झालेल्या या पुराव्यावरुन असे सिद्ध झालेले आहे की, प्राचीन काळातील इजिप्तशियन लोक रुग्णाला आराम पडण्यासाठी रिफ्लेक्सोलॉजीच्या उपचारपद्धतीचा अवलंब करीत असत. काही संशोधक असेही मत व्यक्त करतात की, चित्रात दिसणारी उपचारपद्धती नसून ती हाताची व पायाची नखे काढून घेण्याची मॅनीक्युअर व पेडीक्युअरची पद्धती दिसते.

आधी सांगितल्याप्रमाणे इ.स. १९१३ मधे डॉ. विल्यम फिट्झ्गेरॉल्ट यांना असे दिसून आले की, शरीराच्या विशिष्ट भागाला स्थानिक पद्धतीने (लोकल अनेस्थेशिया) भूल दिली तर त्याचा परिणाम त्या अवयवाशी संबंधीत दुसऱ्याच अवयवावरदेखील दिसून येतो. या तत्त्वावर अधिक संशोधन करुन त्यांनी मानवी शरीराचे दहा उभे समसमान प्रभाग कल्पिले. त्यांनी हेही सिद्ध केले की, या दहा उभ्या भागाचे प्रतिमांकन (रिफ्लेक्सेस्) त्याच्या शेवटाला तळव्यावरील भागांवर व तळहातावरील भागावर दिसतात. त्यामुळे तळव्याच्या वा तळहाताच्या संबंधीत प्रभागावर विशिष्ट दाब देऊन मसाज केला तर त्याचे सकारात्मक परिणाम त्याच्याशी निगडीत शरीराच्या त्याच्या दुसऱ्या प्रभागावर निश्चितपणे होतो. पुढे इ.स.१९३० मधे

'युनीस इनघम' नावाच्या रिफ्लेक्सोलॉजिस्टन मार्फत अशा १० प्रभाग तंत्रावर आणखी संशोधन केला व त्यामुळे प्रचलित रिफ्लेक्सोलॉजीचा जन्म झाला.

जेव्हा प्रथम मानवाने या पृथ्वीतलावर पदार्पण केले तेव्हा तो नैसर्गिक पद्धतीने असमान पृष्ठभागांवर चालत-फिरत होता, परंतु नंतर चप्पल, सँडल्स व इतर पादत्राणांच्या वापरामुळे शरीराला निरोगी ठेवणारी नैसर्गिक मसाज देणारी पद्धत त्यांच्या जीवनातून कायमची हद्दपार झाली. त्यानंतर त्याला पर्याय म्हणून फूट-रिफ्लेक्सोलॉजी किंवा तळव्यावरील रिफ्लेक्स पॉईंटस् किंवा प्रभागावर घट्ट परंतु हलक्या हाताने पुढे-पाठिमागे दबाव देत मसाज करण्याची कला अनेक शतकांपासून पिढ्यान् पिढ्यांकडून प्रसारीत केली गेलेली आहे.

फार पूर्वीपासून शास्त्र आणि औषधशास्त्र या क्षेत्रांत इजिप्तशियन तज्ज्ञांनी मोठे योगदान दिलेले आहे. त्यांच्या अशा शोधांच्या अगोदर कोणी आजारी पडला तर त्यांना भूतबाधा झाली असे समजून त्यांचा आजार पळवून लावण्यासाठी अघोरी उपाय-योजना केल्या जात असत. प्राचीन इजिप्तशियन डॉक्टर्स हे जगातील पहिले शास्त्रज्ञ आहेत की, ज्यांनी मानवी शरीराचा सखोल अभ्यास करुन त्यांना होणाऱ्या रोगांची मिमांसा केलेली आहे व त्यावर शास्त्रोक्त औषधी उपाय-योजना शोधुन काढलेल्या आहेत. त्यांनी मेंदूच्या रचनेचादेखील सखोल व शास्त्रशुद्ध अभ्यास केलेला आहे व त्यांना माहीत होते की आपली नाडीयंत्रणा तसेच त्याचे ठोके सरळ हृदयाशी जोडले गेलेले आहेत. त्याच्या व्यतिरिक्त त्यांनी दुखावलेल्या हाडांची सुव्यवस्थिक जोडणी, झालेल्या शारीरिक जखमा व घाव यांच्यावर मलमपट्टी करणे तसेच अनेक रोगांवर/आजारांवर यशस्वीपणे उपचार करुन रुग्णांना आराम मिळवून देत बरे करण्याचे संशोधन केल्याचे पुरावे मिळालेले आहेत.

पुरातन इजिप्तशियन चित्रकार व मूर्तिकार त्यांच्या काळात झालेले वैद्यकीय संशोधन सर्वत्र पसरविण्यासाठी कार्यरत असायचे. ते त्यांच्या कलाकारीतून अनेक घटनांची दृश्ये काळजीने चित्रित करून ठेवत, ज्यात वैद्यकीय प्रक्रियांचादेखील समावेश आहे. अशा चित्रित केलेल्या गोष्टींच्या संशोधनाअखेर त्या इसवीसनपूर्व २३३० वर्षांपूर्वीचे काम असल्याचे दिसून आलेले आहे. उत्खननात तेथे सापडलेल्या

अनेक भिंतीवर वैद्यकीय ऑपरेशन्स, शरीररचनांचे निरीक्षण व वैद्यकीय उपचार करताना केलेली चित्रणे व खोदचित्रे आढळून आलेली आहेत.

ग्रीस देशाची पुरातन पद्धत

जरी आपण असे समजतो की, आपले पाय फक्त हिंडण्या-फिरण्याच्या कामांसाठी, आपणांस जमीनीवर स्थीर ठेवण्यासाठी व जमीनीवर उभे राहण्यासाठी वापरात येतात. परंतु ग्रीस देशाच्या मान्यतेनुसार आपले पाय हे आत्म्याचे प्रतिक आहे व त्यात दिसणारी दुर्बलता ही आत्म्याच्या दुर्बलतेमुळे आलेली असते. उपलब्ध ऐतहासिक माहितीनुसार ग्रीस देशात इसवीसन पूर्व २०० पासून तेथे असलेल्या "डेल्फी हेल्थ रिसॉर्ट" नावाच्या जागेला समुहाने जात असत व तेथील पवित्र पाण्याच्या फवाऱ्याने तळपायांवर मसाज करण्याचे उपचार घेवून स्वतःला आराम मिळवून देत असत. असेही दिसून आले आहे की, तेथील "स्लीप टेम्पल" या जागेवर जाऊन आपल्या पडणाऱ्या स्वप्नामधून जुन्या आठवणी जागृत व्हाव्यात यासाठी रिफ्लेक्सोलॉजीचे व शरीरावर मसाज करुन घेण्याचे काम केले जात असे.

चीन देशाची पुरातन पद्धत

असे पुरावे मिळालेले आहेत की, चीन देशामध्ये रिफ्लेक्सोलॉजी उपचारपद्धतीचा वापर ॲक्युपंक्चर उपचारपद्धतीच्या बरोबरीने वापरात आणली जात असे. साधारणतः चवथ्या शतकाच्या सुरुवातील चीनीवंशाचे डॉ. वँग-वै हे त्यांच्या रुग्णांच्या शरीरावर ॲक्युपंक्चरच्या सुया टोचत असत व त्याच्या बरोबरीने ते त्यांच्या अंगठ्याचा दाब तळपायांवरील शिरांवर देत असत. अपेक्षीत असलेला परिणाम मिळेपर्यंत कित्येक मिनिटापर्यंत दिला जाणारा असा दाब ते तसाच राखून ठेवीत असत. डॉ.वँग यांच्या सापडलेल्या टिप्पणात ते म्हणतात, “पायांच्या तळव्यांवर असा दाब दिला जावा व तसाच ठेवावा की, जेणे करुन बरे करण्याची शक्ती (एनर्जी) रुग्णांच्या शरीरात जावून त्यांच्या वेदना कमी होतात, रोग बरे होतात.”

लक्षात घेण्याचा मुद्दा हा आहे की, सापडलेल्या पुराव्यावरुन असे निदर्शनास येते की, अगदी पुरातन काळांपासून इजिप्त आणि चीन हे दोन्ही देश मानवजातींचे रोग बरे करण्याबद्दल, रुग्णांच्या वेदना कमी व्हाव्यात म्हणून समसमान

ज्ञानांचा स्वतंत्रपणे वापर करीत होते. त्याकाळात ज्ञानाच्या देवाण-घेवाणीत मानवांनी एवढी प्रगती केली होती का तो एक योगायोग होता हे कळणे अवघड आहे.

चीन देशात कानाची रिफ्लेक्सोलॉजी अनेक शतकांपासून सर्वत्र स्वीकृत झालेली व लोकप्रिय उपचार पद्धती आहे. त्याचप्रमाणे आता पायांच्याआधुनिक रिफ्लेक्सोलॉजी उपचार पद्धतीचा स्वीकारदेखील चीन देशाच तेथील शासनाने केलेला आहे. याचे प्रमुख कारण म्हणजे गेल्या काही दशकांमध्ये पायावरील रिफ्लेक्सोलॉजी उपचारपद्धतीने त्याचा सकारात्मक परिणाम सर्वत्र सिद्ध केलेला आहे. त्यामुळे चीनमध्ये सरकारी " रिफ्लेक्सोलॉजीस्ट" म्हणून सन्मानाच्या नोकऱ्यादेखील उपलब्ध करुन दिलेल्या आहेत.

भारतामध्ये या उपचारपद्धतीला लिखित स्वरुपात असलेला इतिहास जास्त ज्ञात नसला तरी सर्वत्र मर्दन करण्याच्या प्रथेला समाजमान्यता मिळालेली आहे.उत्तर भारतात शरीराला मॉलिश म्हणजेच मर्दन करुन देणारे व्यावसाईकदेखील मोगल साम्राज्यांच्या आधीपासून कार्यरत असल्याचे पुरावे आहेत. आपल्याकडे दिवाळीसारख्या मंगल प्रसंगी तेल-मॉलिश करुन सुगंधीत द्रावणांसहीत स्नान करणे मंगलमय व आरोग्यदायी मानलेले आहे. कोकण विभागात पायाला पंचधातुंच्या भांड्याने पायाला तेल लावून मर्दन करणे म्हणजे वेदना घालवित आरोग्याकडे वाटचाल हे समीकरण रूढ झालेले आहे. तसे पाहता आपल्याकडील सर्व धर्मांमध्ये पायाचे दर्शन हे अत्यंत आदर दाखविण्याची प्रक्रिया म्हणून स्वीकृत झालेली क्रिया आहे. कारण पाय हे आपल्या आत्म्यांसह संपूर्ण शरीराचे प्रतिनिधीत्त्व करणारा अवयव आहे, हे सूत्र आपल्या पूर्वजांपासून सर्वत्र माहीत होते.

चीन, जपान, मलेशिया, सिंगापूर आदी देशांमधून रिफ्लेक्सोलॉजीचे उपचार देणारे व्यावसाईक त्यांची पार्लर्स थाटून अनेक गरजवंतांना वेदनांपासून मुक्ती देण्यासाठी सिद्ध आहेत. भारतातदेखील पंचतारांकीत हॉटेल्समधील ब्युटीपार्लर्स हजारो रुपये घेऊन गर्भश्रीमंत रुग्णांना रिफ्लेक्सोलॉजीच्या सेवा देत आहेत. आज गरज आहे ती, भारतातील छोट्या-मोठ्या गांवातून किफायतशीर दरामध्ये अशी रिफ्लेक्सोलॉजी उपचारपद्धतीची सेवा देणारी पार्लर्स सुरु होण्याची.

।। शुभंभवतु ।।

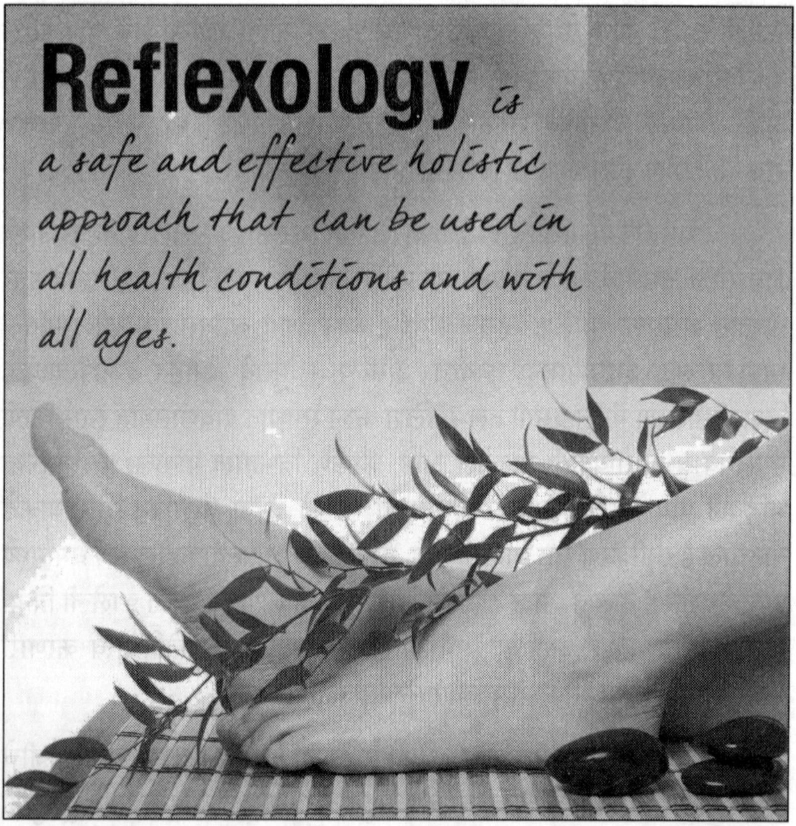
Reflexology is
a safe and effective holistic
approach that can be used in
all health conditions and with
all ages.